प्रस्तावना

सावित्रीबाई फुले पुणे विद्यापीठाच्या एम.ए. या शैक्षणिक वर्षासाठीच्या अभ्यासक्रमात या वर्षापासून सुधारणा करण्यात आली आहे. नवीन शैक्षणिक धोरण २०२० ची अंमलबजावणी करण्यात आली आहे. राज्यशास्त्र (भारताचे परराष्ट्र धोरण) (POL - 553 MJ) या पेपरच्या अभ्यासक्रमात करण्यात आलेल्या सुधारणांची ऑगस्ट २०२३ पासून अंमलबजावणी होत आहे. या सुधारित अभ्यासक्रमासाठी उपयुक्त असलेले पुस्तक आपल्या हाती देताना विशेष आनंद होत आहे. प्रस्तुत पुस्तकात भारताचे परराष्ट्र धोरणाबाबत महत्त्वपूर्ण विवेचन करण्यात आले आहे. त्यामुळे या पुस्तकाचे स्वागत विद्यार्थी व प्राध्यापक करतील हा विश्वास आहे.

पुस्तकाच्या सुरूवातीला परराष्ट्र धोरणाची संकल्पना, उद्दिष्टे, स्वरूप स्पष्ट करण्यात आले आहे. भारताच्या परराष्ट्र धोरणाचा ऐतिहासिक आढावा घेण्यात आला आहे. भारताच्या परराष्ट्र धोरणाचे निर्धारक घटक स्पष्ट करण्यात आले आहे. दुसऱ्या प्रकरणात भारताच्या परराष्ट्र धोरणानिर्मितीत कार्यकारी मंडळाची भूमिका, संसदेची भूमिका, राजकीय पक्षांची भूमिका, दबाव गटांची भूमिका तसेच प्रसार माध्यमांची भूमिका स्पष्ट करण्यात आली आहे. स्वातंत्र्यप्राप्तीपासून आजतागायत भारताच्या परराष्ट्र धोरणाचा विकास वेगवेगळ्या टप्प्यांद्वारे घडून आला आहे. त्यामुळे भारताच्या परराष्ट्र धोरणाच्या विकासातील आदर्शवादी अवस्था, वास्तववादी अवस्था, नव-उदारमतवादी अवस्था आणि मोदी युग हे महत्त्वपूर्ण टप्पे तिसऱ्या प्रकरणात अभ्यासण्यात आले आहे. चौथ्या प्रकरणात मृदु सत्ता, सागरी धोरणे, अर्थव्यवस्था आणि तंत्रज्ञान या घटकांची सविस्तर चर्चा करण्यात आली आहे. एकूणच भारताच्या परराष्ट्र धोरणाचे विश्लेषण करणारे हे एक उपयुक्त पुस्तक आहे.

पुस्तक लेखनासाठी अनेक संदर्भ ग्रंथांची मदत झाली. पुस्तक लेखनाच्या बाबतीत महाविद्यालयाचे प्राचार्य, व्यवस्थापन सदस्य, सहकारी प्राध्यापक व प्राध्यापकेतर कर्मचारी, अभ्यासमंडळ सदस्य, विविध ग्रंथालयाचे ग्रंथपाल, विविध महाविद्यालयातील प्राध्यापक मित्र यांचे सहकार्य व प्रोत्साहन मिळाले. संदर्भ ग्रंथांच्या लेखकांसहीत इतर सर्वांविषयी आम्ही कृतज्ञता व्यक्त करतो. तसेच पुस्तकाचे प्रकाशक डॉ. राजेश पाटणे व सौ. विद्या पाटणे आणि सक्सेस पब्लिकेशन मधील कर्मचारी वर्ग यांच्याविषयी देखील आम्ही कृतज्ञता व्यक्त करतो.

With best wishes.

By Author

Syllabus

M. A. - I (Sem. - II) Political Science

India's Foreign Policy (POL - 553 MJ)

Unit	Contents
1.	Nature and Determinants of India's Foreign Policy a. Post-Independence History and Geopolitical context b. Political and Ideological factors c. Socio- Economic dimensions d. Indian Diaspora
2.	Making of Foreign Policy: Actors and Processes a. Role of the Executive – Political and Bureaucratic b. Role of the Parliament c. Role of Political Parties, Pressure Groups, d. Media
3.	Evolution of Indian Foreign Policy a. 1947-1966 b. 1967-1990 c. 1991-2013 d. 2014 to the present
4.	India as a Rising Power a. Soft power b. Maritime Strategies c. Economy d. Technology

सावित्रीबाई फुले पुणे विद्यापीठाच्या ऑगस्ट २०२३ पासून सुरू झालेल्या एम. ए.
राज्यशास्त्र (भारताचे परराष्ट्र धोरण) (POL - 553 MJ) या विषयाच्या अभ्यासक्रमासाठी
व इतर विद्यापीठांच्या संबंधित अभ्यासक्रमासाठी उपयुक्त पुस्तक

राज्यशास्त्र
(भारताचे परराष्ट्र धोरण)

(POL - 553 MJ)
M. A. - I (Sem. - II)

As per New Education Policy (2020)

Dr. Sambhaji Tanpure

(M.A., Ph.D.)

Jijamata Arts, Science and Commerce College, Newasa, Ahmednagar.

Dr. Dattu. D. Shende

(M.A., Ph.D.)

R.B. Narayanrao Borawake College, Shrirampur, Ahmednagar.

२०२४

SUCCESS PUBLICATIONS

प्रकाशक :
डॉ. राजेश पाटणे
सक्सेस पब्लिकेशन्स
राधाकृष्ण अपार्टमेंट, ५३५ शनिवार पेठ,
आप्पा बळवंत चौक, प्रभात टॉकिज समोर, पुणे ४११ ०३०
फोन नं : ०२०-२४४३४६६२
मोबा. - ९३२५३१५४६४

आवृत्ती
२०२४

संपादक
श्री. वाल्मिक गायकवाड

अक्षरजुळणी :
कु. वर्षा लोखंडे

मुखपृष्ठ :
कु. वर्षा लोखंडे

***ISBN NO.* - 978-81-19939-44-2**

❖ अनुक्रमणिका ❖

भारताच्या परराष्ट्र धोरणाचे स्वरूप आणि निर्धारक

प्रकरण १

प्रस्तावना :

परराष्ट्र धोरणाची प्रक्रिया ही वेगवेगळ्या घटकांच्या प्रभावातून निर्धारित होत असते. भारताच्या परराष्ट्र धोरणावर देखील अनेक घटक प्रभाव पाडताना दिसतात. त्यातील काही घटक हे अंतर्गत स्वरूपाचे आहेत. तर काही घटक हे बाह्य स्वरूपाचे आहेत. भारतामध्ये मोठ्या प्रमाणावर विविधता आढळून येते. या विविधतेचा प्रभाव परराष्ट्र धोरणावर पडत असतो. भारताची भौगोलिक विविधता ही परराष्ट्र धोरणास मोठ्या प्रमाणावर प्रभावित करते. राष्ट्रीय सीमा, नैसर्गिक साधनसंपत्ती, सागरी किनारपट्टी यास अनुसरून परराष्ट्र धोरणाचे निर्धारण करावे लागते. देशातील सामाजिक परिस्थिती, आर्थिक परिस्थिती व राजकीय परिस्थिती परराष्ट्र धोरणास मोठ्या प्रमाणावर प्रभावित करते. आंतरराष्ट्रीय परिस्थितीत होणारे बदल देखील परराष्ट्र धोरणावर प्रभाव पाडणारे ठरतात. कारण शितयुद्ध काळात भारताच्या परराष्ट्र धोरणात अलिप्ततावादास प्राधान्य देण्यात आले होते. शितयुद्धाच्या समाप्तीमुळे जागतिक पातळीवर अनेक बदल घडून आले. त्यास अनुसरून भारताने देखील आपल्या पूर्वीच्या धोरणात बदल घडवून आणले. जागतिकीकरण हा घटक देखील भारताच्या परराष्ट्र धोरणास प्रभावित करणारा ठरला आहे. एकूणच अंतर्गत व बाह्य परिस्थितीस अनुसरून परराष्ट्र धोरणाची जडण-घडण होत असते. त्यामुळे परराष्ट्र धोरणाचे निर्धारक घटक जाणून घेणे योग्य ठरेल.

१.१ परराष्ट्र धोरण :

परराष्ट्र धोरण ही प्राचीन संकल्पना असून कौटिल्याने 'अर्थशास्त्र' या ग्रंथात परराराष्ट्रीय धोरण हा शब्दप्रयोग केलेला आहे. परराष्ट्र धोरण म्हणजे एका राष्ट्राने दुसऱ्या राष्ट्राप्रती कशा प्रकारे व्यवहार करायचा याचे करण्यात येणारे निर्धारण होय. प्राचीन काळात लहान-लहान राज्ये असताना परराष्ट्र धोरण या संकल्पनेला फारसे महत्त्व नव्हते. मात्र आधुनिक काळात परराष्ट्र धोरण या संकल्पनेला अतिशय महत्त्व प्राप्त झालेले असून राष्ट्राचे संरक्षण आणि आंतरराष्ट्रीय राजकारणात समतोल या दोन उद्दिष्टाने प्रेरित होऊन प्रत्येक राष्ट्र परराष्ट्र धोरण तयार करीत असते.

१.१.१ अर्थ :

परराष्ट्र धोरण म्हणजे राष्ट्राने परराष्ट्राबाबत केलेल्या कृती होय. परराष्ट्र धोरणाचा अर्थ व्यापक आणि मर्यादित अशा दोन्ही माध्यमातून व्यक्त करता येतो. व्यापक दृष्टिने परराष्ट्र धोरण म्हणजे असे धोरण ज्यात राष्ट्रांचे ध्येय, योजना आणि कृती यांचा समावेश होतो. तर मर्यादित अर्थाने परराष्ट्र धोरण म्हणजे एका राज्यातील शासनाधिकाऱ्यांनी राज्याची उद्दिष्टे, ध्येये साध्य करण्यासाठी आखलेली अल्पकालीन किंवा दीर्घकालीन योजना होय. थोडक्यात परराष्ट्र धोरण राष्ट्राने आपल्या हितसंबंधाची जपणूक करण्यासाठी तयार केलेली लिखित वा अलिखित स्वरुपातील योजना असेही म्हणता येईल.

१.१.२ व्याख्या :

परराष्ट्र धोरणाच्या व्याख्या पुढीलप्रमाणे स्पष्ट करता येतील :

१) जॉर्ज मॉडेलस्की :

"परराष्ट्र धोरण हे इतर राज्यांचे वर्तन बदलण्यासाठी आणि आंतरराष्ट्रीय वातावरणात त्यांची स्वतःची कामे समायोजित करण्यासाठी समुदायाद्वारे विकसित केलेल्या क्रियांची प्रणाली आहे. परराष्ट्र धोरणाने इतर राज्यांमधील वर्तनामध्ये बदल घडवून आणण्याचा प्रयत्न केला पाहिजे आणि ते बदलण्यात यशस्वी व्हायला हवे."

२) जोसेफ फ्रँकेल :

"परराष्ट्र धोरणात निर्णय आणि कृती असतात ज्यात एका राज्यात आणि इतरांमधील काही प्रमाणात महत्त्वपूर्ण संबंधांचा समावेश असतो."

३) पॅडल्फर्ड आणि लिंकन :

"राज्याचे परराष्ट्र धोरण हे बाह्य वातावरणाशी केलेल्या राज्याच्या व्यवहारांची संपूर्णता आहे. परराष्ट्र धोरण हे त्या प्रक्रियेचा एक संपूर्ण परिणाम आहे ज्याद्वारे एखादे राज्य आपले उद्दीष्ट साध्य करण्यासाठी आणि हित जपण्यासाठी आपल्या व्यापक कल्पनांनी निर्धारित केलेली उद्दीष्टे आणि हितसंबंधांचे क्रियांच्या विशिष्ट गतीमध्ये अनुवाद करते."

१.१.३ भारताच्या परराष्ट्र धोरणाची उद्दिष्टे :

भारताच्या परराष्ट्र धोरणातील अल्पकालीन व दीर्घकालीन उद्दिष्टे पुढील मुद्यांच्या आधारे स्पष्ट करता येतील :

अ) भारताच्या परराष्ट्र धोरणातील अल्पकालीन उद्दिष्टे :

भारताच्या परराष्ट्र धोरणात ज्या अल्पकालीन उद्दिष्टांचा समावेश करण्यात आलेला आहे त्याला तत्कालीन उद्दिष्टे असेही म्हणतात. भारताच्या परराष्ट्र धोरणातील अल्पकालीन उद्दिष्टे पुढीलप्रमाणे नमूद करता येतील :

१) तात्कालीन प्रश्नांची सोडवणूक :

भारताने आपल्या परराष्ट्र धोरणाच्या अल्पकालीन उद्दिष्टात तत्कालिन प्रश्नांची सोडवणूक करण्यावर विशेषत्वाने भर देण्यात आलेला आहे. अंतर्गत संघर्ष, अंतर्गत कायदा आणि सुव्यवस्था यासंबंधी निर्माण झालेले प्रश्न यांची सोडवणूक करणे हे उद्दिष्ट परराष्ट्र धोरणात समाविष्ट करण्यात आलेले आहे. विशेषतः १९८४ च्या व १९९० च्या दशकात जे विविध राजकीय आणि आर्थिक प्रश्न निर्माण झाले त्यांची सोडवणूक करण्यावर परराष्ट्र धोरणांच्या मार्गदर्शक तत्त्वांच्या आधारे विशेषत्वाने भर देण्यात आला.

२) युरोपियन वसाहतीचे उच्चाटन :

वसाहतवादाचे उच्चाटन हे भारताच्या परराष्ट्र धोरणाचे कायम उद्दिष्ट राहिलेले आहे. युरोपियन वसाहतींचे उच्चाटन करुन नवोदित राष्ट्रांना सार्वभौमत्व बहाल करणे, स्वयंनिर्णयाचा अधिकार मिळवून देणे, अंतर्गत प्रश्नांची सोडवणूक

करण्यासाठी योग्य असे निर्णय घेण्यास संबंधित राष्ट्राची मानसिकता तयार करणे हे भारताने आपल्या परराष्ट्र धोरणाचे अल्पकालीन तत्कालीन उद्दिष्ट असल्याचे निश्चित केलेले आहे. विशेषतः आशिया आणि आफ्रिका खंडात असलेल्या युरोपियनांच्या वसाहतीचे उच्चाटन करुन नव्याने उदयाला आलेल्या राष्ट्रांना सर्वतोपरी मदत करणे हे भारतीय परराष्ट्र धोरणाचे तत्कालीन, अल्पकालीन उद्दिष्ट आहे.

३) विदेशातील भारतीयांचे रक्षण :

आजच्या काळात नोकरी, व्यवसाय, शिक्षण या निमित्ताने अनेक भारतीय परदेशात राहतात. परदेशातील भारतीयांचे सर्वतोपरी रक्षण करणे हे भारताच्या परराष्ट्र धोरणाचे अल्पकालीन उद्दिष्ट असल्याचे निश्चित करण्यात आले आहे. युनोच्या मानवी हक्कांच्या जाहीरनाम्यानुसार वंशभेद व रंगभेद यांना विरोध करण्यात आलेला असला तरी पूर्णपणे वंशभेदाचे समूळ उच्चाटन झालेले नाही. विशेषतः ऑस्ट्रेलियातील भारतीय विद्यार्थ्यांवर हल्ले झाले त्याचा विरोध भारताने परराष्ट्र धोरणाच्या माध्यमातून केलेला असून ऑस्ट्रेलिया, कॅनडा, इंग्लंड या भागात राहणाऱ्या भारतीयांचे रक्षण करणे या उद्दिष्टाला, तत्त्वाला अग्रक्रम दिलेला आहे. थोडक्यात, विर्दभात राहणाऱ्या भारतीयांचे संरक्षण करणे, वेळोप्रसंगी आवश्यक ती मदत पुरविणे हे भारताच्या परराष्ट्र धोरणातील महत्त्वाचे अल्पकालीन उद्दिष्ट आहे.

४) पाकिस्तानशी मैत्री :

पाकिस्तानचा प्रश्न हा कायम भारताच्या परराष्ट्र धोरणाचा केंद्रबिंदू राहिलेला आहे. पाकिस्तानशी असणारे संबंध सुधारणे, दोन्ही राष्ट्रात परस्पर सामंजस्याचे, सौदार्हाचे वातावरण निर्माण व्हावे यासाठी प्रयत्नशील राहणे हे भारतीय परराष्ट्र धोरणाचे अल्पकालीन, तत्कालीन उद्दिष्ट असल्याचे निर्धारीत करण्यात आलेले आहे. पाकिस्तानशी कायम मैत्रीपूर्ण संबंध प्रस्थापित व्हावेत या उद्देशाने काही तत्कालीन उद्दिष्टे निश्चित करण्यात आलेली आहेत.

५) दक्षिण आशियन राष्ट्रांशी मैत्री :

दक्षिण आशियात महत्त्वपूर्ण स्थान असलेल्या भारताने दक्षिण आशियाई भागात अंतर्भूत असलेल्या सर्व राष्ट्रांशी मैत्रीपूर्ण संबंध प्रस्थापित करण्याचा धोरणात्मक निर्णय घेतलेला असून, दक्षिण आशियाई भागात भारताच्या वर्चस्वात कशी वाढ होईल याचाच विचार करुन आपली उद्दिष्टे निर्धारित केलेली आहेत.

थोडक्यात, तत्कालीन प्रश्नांची सोडवणूक, युरोपियन वसाहतींचे उच्चाटन, विदेशातील भारतीयांचे रक्षण, पाकिस्तानशी मैत्री इत्यादी भारताच्या परराष्ट्र धोरणाची तत्कालीन किंवा अल्पकालीन उद्दिष्टे असल्याचे निर्धारीत करण्यात आलेले आहे.

ब) भारतीय परराष्ट्र धोरणाची दीर्घकालीन उद्दिष्टे :

आंतरराष्ट्रीय राजकारणात स्वतःचे स्थान निर्माण करण्यासाठी, वर्चस्व प्रस्थापित करण्यासाठी भारताने आपल्या परराष्ट्र धोरणात काही दीर्घकालीन, भविष्यकालीन उद्दिष्टांचा अंतर्भाव केलेला असून ती उद्दिष्टे पुढील मुद्यांच्या आधारे स्पष्ट करता येतील :

१) राष्ट्रीय सुरक्षा :

भारताने आपल्या परराष्ट्र धोरणाच्या दीर्घकालीन उद्दिष्टात राष्ट्रीय सुरक्षा या तत्त्वाला अग्रक्रम दिलेला असून त्यानुसार व्यूहरचना आखलेली आहे. राष्ट्रीय सुरक्षा या संकल्पनेत, उद्दिष्टात प्रादेशिक एकात्मता, सार्वभौम निर्णय क्षमता, देशातील जनतेच्या जीविताचे आणि वित्ताचे रक्षण, समाजाची मूल्ये, संस्कृती आणि सभ्यता यांचा सन्मान आणि शाश्वती, आर्थिक प्रगती यांचे रक्षण व संवर्धन या उद्दिष्टांना अग्रक्रम दिलेला आहे. थोडक्यात, भारताने आपल्या परराष्ट्र धोरणात राष्ट्रीय सुरक्षा या तत्त्वाला अग्रक्रम दिलेला आहे.

२) **अंतर्गत विकास :**

भारताच्या परराष्ट्र धोरणाचे दुसरे दीर्घकालीन उद्दिष्ट म्हणजे अंतर्गत विकासावर देण्यात आलेला भर होय. परराष्ट्र धोरणाच्या अंतर्गत विकास या दीर्घकालीन उद्दिष्टात व्यापक व विस्तृत औद्योगिकीकरण, आर्थिक सुबत्ता, राजकीय, सामाजिक, आर्थिक, सांस्कृतिक विकास, परिवर्तन क्षमता, राजकीय सहभाग, सामाजिक व राजकीय एकात्मता, लोकशाही व्यवस्थेवर आधारित स्थैर्य, राजकीय क्षमता असा व्यापक दृष्टिकोन, अशी व्यापक उद्दिष्टे निर्धारित करण्यात आलेले आहे. थोडक्यात, परराष्ट्र धोरणांच्या माध्यमातून सर्वांगीण अंतर्गत विकास या उद्दिष्टाला भारताने आपल्या परराष्ट्र धोरणात अग्रक्रम दिलेला आहे.

३) **जागतिक व्यवस्थेच्या संदर्भात विधायक दृष्टिकोन :**

भारताने आपल्या परराष्ट्र धोरणाच्या दीर्घकालीन उद्दिष्टात जागतिक व्यवस्थेच्या संदर्भात विधायक दृष्टिकोन स्वीकारलेला आहे. पंचशील आणि जागतिक शांततेचा पुरस्कार करणाऱ्या भारताने जागतिक पातळीवर शांततामय सहजीवन आणि परस्पर सामंजस्याची भावना विकसित व्हावी, दृढ व्हावी या दृष्टिकोनातून परराष्ट्र धोरणांची रुपरेषा आखलेली आहे. जागतिक व्यवस्थेप्रती विधायक दृष्टिकोन या संकल्पनेत जागतिक पुनर्रचना आणि सहजीवनावर अस्तित्वात असलेली शांतता, स्थैर्य यांचा पुरस्कार तसेच अस्तित्ववादी सामंजस्य व सहकार्य आणि संघर्षमय राजकारणाऐवजी सर्वनाश टाळणाऱ्या चिरस्थायी शांततेचा विस्तार या तत्त्वांना परराष्ट्र धोरणात अग्रक्रम देण्यात आलेला आहे, जागतिक पातळीवर हितसंबंधांचा पुरस्कार हे भारतीय परराष्ट्र धोरणाचे वैशिष्ट्य मानले जाते.

४) **शांततावादाचा पुरस्कार :**

१९४७ ते २०११ पर्यंतच्या कालखंडातील परराष्ट्र धोरणाचा आढावा घेतला तर प्रकर्षाने असे जाणवते की, भारताने नेहमीच आंतरराष्ट्रीय शांततेचा पुरस्कार केलेला आहे. कोणताही जटिल राजकीय प्रश्न संघर्षाच्या मार्गाने सोडविण्याऐवजी राजनयिक चर्चेच्या माध्यमातून सहजपणे सोडवता येतो या धोरणाचा भारताने सतत पाठपुरावा केलेला असून जागतिक स्तरावर शांतता प्रस्थापित व्हावी यासाठी विशेषत्वाने प्रयत्न केलेले आहेत. थोडक्यात, जागतिक पातळीवर शांतता प्रस्थापित व्हावी, परस्पर सहकार्य आणि सामंजस्य यांचा विकास व्हावा हे दीर्घकालीन उद्दिष्ट आपल्या परराष्ट्र धोरणात अंतर्भूत केलेले आहे.

५) **आर्थिक विकास :**

दुसऱ्या महायुद्धानंतर संपूर्ण जगाचे दोन गटात विभाजन झालेले होते. साम्यवादी व साम्राज्यवादी शक्ती नवोदित राष्ट्रांना आपल्या गटात लष्करी, आर्थिक, राजकीय मदत देऊन समाविष्ट करुन घेण्याचा प्रयत्न करीत होत्या, अशा परिस्थितीत भारताने अलिप्ततावादाचा पुरस्कार करुन कोणत्याही एका गटात समाविष्ट न होण्याचा धोरणात्मक निर्णय घेतला मात्र जलद आर्थिक विकास साधण्याच्या उद्देशाने जागतिक पटलावर असलेल्या महाशक्तींची आर्थिक व तांत्रिक मदत घेणे या बाबीला गौण/दुय्यम मानले नाही. थोडक्यात, कोणत्याही एका गटात समाविष्ट न होता आपले स्वअस्तित्व टिकविणे व जागतिक महाशक्तींशी आर्थिक विकास साधण्यासाठी मदत घेणे हे भारताच्या परराष्ट्र धोरणांचे कायम दीर्घकालीन उद्दिष्ट राहिलेले आहे.

१.१.४ भारताच्या परराष्ट्र धोरणाचे स्वरूप :

भारताचे परराष्ट्र धोरण अनेक प्रमुख तत्त्वे आणि उद्दिष्टांनी वैशिष्ट्यीकृत आहे जे जागतिक समुदायासोबतच्या सहभागाला आकार देतात. भारताच्या परराष्ट्र धोरणाचे स्वरूप पुढील मुद्यांच्या आधारे जाणून घेता येईल :

१) अलिप्तता :

भारत ऐतिहासिकदृष्ट्या अलिप्तता या तत्त्वाचे पालन करतो, जागतिक घडामोडींमध्ये स्वातंत्र्य आणि तटस्थतेवर भर देतो. कोणत्याही विशिष्ट शक्ती गटाशी किंवा आघाडीशी संरेखित नसताना, भारत विविध देशांशी मैत्रीपूर्ण संबंध ठेवतो आणि अलिप्ततेद्वारे आपले राष्ट्रीय हित साधण्याचा प्रयत्न करतो.

२) धोरणात्मक स्वायत्तता :

भारत आपल्या धोरणात्मक स्वायत्ततेला महत्त्व देतो आणि राष्ट्रीय हितसंबंधांवर आधारित स्वतंत्र निर्णय घेण्याच्या महत्त्वावर भर देतो. परराष्ट्र धोरणाच्या दृष्टिकोनात लवचिकता राखून आंतरराष्ट्रीय समुदायाद्वारे बहुआयामी सहभागासाठी भारत प्रयत्नशील आहे.

३) शांततापूर्ण सहअस्तित्व :

भारत राष्ट्रांमध्ये शांततापूर्ण सहअस्तित्व आणि सहकारी संबंधांचा पुरस्कार करतो. भारत संवाद, मुत्सद्देगिरी आणि शांततापूर्ण मार्गाने संघर्ष सोडवण्यावर भर देतो, प्रदेश आणि त्यापलीकडे स्थिरता आणि सौहार्द वाढवतो.

४) जागतिक दक्षिण एकता :

भारत विकसनशील राष्ट्रांच्या समस्या आणि आकांक्षांना पाठिंबा देतो, अनेकदा नि:शस्त्रीकरण, हवामान बदल, व्यापार आणि विकास यासारख्या मुद्द्यांवर जागतिक दक्षिणेशी संरेखित होतो. भारत ब्रिक्स , जी-७७ आणि अलिप्ततावादी चळवळ (NAM) सारख्या मंचांमध्ये सक्रियपणे सहभागी आहे.

५) आर्थिक मुत्सद्दीपणा :

भारताचे परराष्ट्र धोरण जागतिक स्तरावर व्यापार, गुंतवणूक आणि आर्थिक भागीदारी वाढवण्याच्या उद्देशाने आर्थिक मुत्सद्देगिरीवर केंद्रित आहे. इतर राष्ट्रांशी संबंध मजबूत करण्यासाठी भारत आपल्या वाढत्या अर्थव्यवस्थेचा आणि बाजारपेठेचा लाभ घेण्याचा प्रयत्न करतो.

६) बहु-पक्षीयवाद आणि जागतिक प्रशासन :

भारत संयुक्त राष्ट्र संघ, जागतिक व्यापार संघटना, जी-२० आणि इतर आंतरराष्ट्रीय संघटनांसारख्या बहुपक्षीय मंचांमध्ये सक्रियपणे सहभागी आहे.भारत समकालीन भू-राजकीय वास्तविकता प्रतिबिंबित करण्यासाठी आणि न्याय्य प्रतिनिधित्व सुनिश्चित करण्यासाठी जागतिक प्रशासन संरचनांमध्ये सुधारणांसाठी समर्थन करतो.

७) प्रादेशिक स्थिरता :

भारत प्रादेशिक स्थिरता आणि सुरक्षेला विशेषत: दक्षिण आशियामध्ये महत्त्व देतो. भारत प्रदेशात शांतता, विकास आणि नातेसंबंध वाढवण्यासाठी मुत्सद्देगिरी आणि प्रादेशिक सहकार्याच्या प्रयत्नांमध्ये गुंतलेला आहे.

८) सुरक्षा आणि दहशतवाद विरोधी :

भारत दहशतवाद आणि अतिरेक्यांना संबोधित करण्यासाठी आंतरराष्ट्रीय सहकार्य, सुरक्षा सहकार्य आणि दहशतवादविरोधी प्रयत्नांना प्राधान्य देतो. जागतिक दहशतवादाचा मुकाबला करण्यासाठी सर्वसमावेशक दृष्टिकोनाचा पाठपुरावा करतो.

९) सांस्कृतिक मुत्सद्दीपणा :

भारत आपला वैविध्यपूर्ण सांस्कृतिक वारसा, सॉफ्ट पॉवर आणि प्राचीन परंपरांना अधोरेखित करून सांस्कृतिक मुत्सद्देगिरीला प्रोत्साहन देतो. समजूतदारपणा आणि सद्भावना वाढवण्यासाठी भारत सांस्कृतिक देवाणघेवाण, शैक्षणिक सहयोग आणि लोकांच्या संपर्कास प्राधान्य देतो.

१०) प्रमुख शक्तींशी प्रतिबद्धता :

अमेरिका, रशिया, युरोपियन युनियन आणि आशिया-पॅसिफिक क्षेत्रातील देशांशी विविध क्षेत्रात सहकार्य वाढविण्याच्या उद्देशाने भारत विविध प्रमुख शक्तींसोबत धोरणात्मक भागीदारी कायम ठेवतो.

१.२ भारताच्या परराष्ट्र धोरणाचा ऐतिहासिक आढावा :

स्वातंत्र्योत्तर काळात भारताने स्वीकारलेल्या शांतता, सुरक्षितता व अलिप्तता या धोरणामुळे व आशिया खंडातील अनेक घटनांमुळे भारताचा विचार करणे बड्या राष्ट्रांना भाग पडले. भारताचे अनेक महत्त्वपूर्ण देशांशी संबंध प्रस्थापित झाले व त्याचा प्रभाव भारताच्या परराष्ट्र धोरणावर पडलेला आहे. भारतीय परराष्ट्र धोरणाचा ऐतिहासिक आढावा व त्यात आजपर्यंत झालेली स्थित्यंतरे पुढील मुद्यांच्या आधारे स्पष्ट करता येतील :

१) भारताच्या परराष्ट्र धोरणाचा ऐतिहासिक आढावा :

१९५० ते १९७६ पर्यंत पंडित जवाहरलाल नेहरूंनी निर्धारित केलेल्या तत्त्वानुसार भारताच्या परराष्ट्र धोरणाची वाटचाल कायम राहिली. १९६२ साली चीनने केलेले आक्रमण व १९६५ साली पाकिस्तानचे आक्रमण या कालावधीत भारतीय परराष्ट्र धोरणात थोड्याफार प्रमाणात फेरफार करण्यात आले, मात्र परराष्ट्र धोरणाची पायाभूत तत्त्वे, त्याचे मूलाधार यांच्यात कोणतेही बदल केले गेलेले नाहीत. पंडित नेहरूंच्या पश्च्यात श्रीमती इंदिरा गांधी यांच्या कालखंडातही परराष्ट्र धोरणाच्या मूलतत्त्वात फारसे परिवर्तन झाले नाही. विदेश नीतीच्या मूलभूत तत्त्वानुसार परराष्ट्र धोरण कायम राहिले. मात्र १९७७ साली केंद्र पातळीवर झालेल्या सत्तांतरामुळे भारताच्या परराष्ट्र धोरणात काही बदल होतील, ते करण्यात येतील असे वाटत होते मात्र जनता पक्षाच्या राजवटीत भारतीय परराष्ट्र धोरणाच्या पायाभूत तत्त्वात कोणतेही बदल करण्यात आले नाहीत. परराष्ट्र धोरणात काळाच्या गरजेप्रमाणे काही बदल करण्यात आले ते पुढील मुद्यांच्या आधारे स्पष्ट करता येईल :

२) जनता पक्षाचे सरकार व परराष्ट्र धोरण :

जनता पक्षाचे सरकार व परराष्ट्र धोरण पुढीलप्रमाणे :

अ) महाशक्तींशी मैत्रीपूर्ण संबंध :

१९७७ साली भारतात जनता पक्षाचे सरकार सत्तेवर आले. राजकीय परिवर्तनामुळे परराष्ट्र धोरणात आमूलाग्र क्रांतिकारी स्वरूपाचे बदल केले जातील असे मत विविध राजकीय विश्लेषकांनी व्यक्त केले होते. कदाचित सोव्हिएत संघाशी दुरावा आणि अमेरिकेशी जवळीक प्रस्थापित करण्याचा प्रयत्न जनता सरकार करेल असे भाकीत वर्तविण्यात आलेले होते. याला आधार म्हणजे अटल बिहारी वाजपेयी यांनी काँग्रेस सत्तेवर असताना भारत-रशिया संबंधावर खरपूस टिका केलेली होती, मात्र जनता पक्ष सत्तेवर आल्यानंतर अटल बिहारी वाजपेयी यांना परराष्ट्रमंत्री म्हणून नियुक्त करण्यात आले व परराष्ट्रमंत्रीपदी विराजमान होताच त्यांनी अलिप्ततावादी चळवळीचा पुरस्कार, महाशक्तींशी पूर्ववत चांगले संबंध ठेवणे हेच भारताचे परराष्ट्र धोरण असेल असे जाहीर केले.

ब) भारत-अमेरिका संबंध :

जनता राजवटीत अमेरिकेशी पूर्वीपासून बिघडलेल्या संबंधात सुधारणा करण्याचा प्रयत्न झाला. वस्तुत: १९६७ साली जिमी कार्टर यांच्या भारत भेटीपासून भारत-अमेरिका संबंधांना नवे वळण लागलेले होते. जनता राजवटीत प्रथमच भारत-अमेरिका यांच्यात समपातळीच्या दर्जानुसार संबंध प्रस्थापित झाले.

क) चीन संबंधात सुधारणा करण्याचा प्रयत्न :

स्वातंत्र्यप्राप्तीपासून १९७७ पर्यंतच्या कालखंडात कोणत्याही परराष्ट्रमंत्र्यांनी चीनला भेट दिलेली नव्हती. आशिया खंडातील एक उद्योन्मुख शक्ती म्हणून चीन या राष्ट्राशी संबंध सुधारण्यासाठी तत्कालीन परराष्ट्रमंत्री अटल बिहारी

वाजपेयी यांनी चीनला भेट दिली व भारत-चीन संबंध सलोख्याचे व्हावेत यादृष्टीने प्रयत्न करण्यात आले. चीनशी संबंध सुधारले तर पाकिस्तान आपोआपच नामोहरम होईल अशी भारताची व्यूहरचना होती.

थोडक्यात, जनता पक्षाच्या राजवटीत भारताच्या परराष्ट्र धोरणात कोणतेही परिवर्तन झाले नाही.

३) १९८० ते १९८९ कालखंड :

१९७९ साली जनता पक्षाची राजवट संपुष्टात आली व पुन्हा एकदा इंदिरा गांधी पंतप्रधानपदी विराजमान झाल्या. साहजिकच त्यांनी नेहरूंचेच परराष्ट्र धोरण सुरू ठेवले. त्यात काळानुसार थोडेफार फेरबदल करण्यात आले, मात्र परराष्ट्र धोरणाचा मूळ ढाचा कायम ठेवण्यात आला. १९८४ साली इंदिरा गांधींची दुर्दैवी हत्या झाली व राजीव गांधी पंतप्रधान पदी आले. राजीव गांधींनी पंडित नेहरू, इंदिरा गांधी यांचे परराष्ट्र धोरण राबविले. १९८९ साली केंद्रात व्हि. पी. सिंग यांचे सरकार अस्तित्वात आले. या सरकारने देखील भारताच्या मूळ परराष्ट्र धोरणात कोणताही बदल केला नाही. युनोवर विश्वास, जागतिक, आर्थिक विषमतेला विरोध, पंचशीलाचा पुरस्कार, शस्त्रास्त्र स्पर्धेला विरोध, वंशभेदाला विरोध या घटकांना भारताच्या परराष्ट्र धोरणात अग्रक्रम देण्यात आला.

४) नरसिंहराव यांच्या काळातील परराष्ट्र धोरण :

नरसिंहराव यांनी सत्ता प्राप्त केली तेव्हा आंतरराष्ट्रीय क्षेत्रात व्यापक परिवर्तन झालेले होते. विचारधारांची बंधने तुटून पडलेली होती. खाडीयुद्धाची समाप्ती झालेली होती, सोव्हिएत संघाचे विघटन झालेले होते. त्याचप्रमाणे अंतर्गत शांतता आणि सुव्यवस्था यांचा प्रश्न निर्माण झाला होता. बॉम्ब स्फोट, जातीय दंगली, दहशतवादी कारवायात वाढ असे अनेक भीषण प्रश्न निर्माण झालेले होते. नरसिंहराव यांच्या काळात परराष्ट्र धोरणात बदल झाले ते पुढील मुद्यांच्या आधारे स्पष्ट करता येतील :

अ) अमेरिकन धोरणांचा स्वीकार :

नरसिंहराव यांनी अमेरिकेशी घनिष्ठ संबंध प्रस्थापित करण्याचा प्रयत्न केला. अमेरिकेद्वारे प्रस्तुत सैनिकी क्षेत्रातील सहकार्याचे अनेक प्रस्ताव भारताने स्वीकारले. अमेरिकेला भारतात गुंतवणूक करता यावी यासाठी प्रोत्साहन दिले. अमेरिका समर्थित डंकेल प्रस्तावाचा स्वीकार करण्यात आला. थोडक्यात, नरसिंहरावांच्या काळात जागतिकीकरणाच्या प्रक्रियेला तत्त्वत: व्यवहार्य दृष्टिकोनातून मान्यता देण्यात आली.

ब) पाकिस्तान संबंधात सुधारणा करण्याचा प्रयत्न :

नरसिंहराव यांनी पाकिस्तानशी संबंध सुधारावेत यासाठी प्रयत्न केले, मात्र पाकिस्तानच्या तत्कालीन पंतप्रधान 'बेनझीर भुत्तो' यांनी भारताच्या आवाहनाला कोणताही सकारात्मक प्रतिसाद दिला नाही. पाकिस्तानशी संबंध सुधारण्यात नरसिंहराव सरकार अपयशी ठरले.

५) अटल बिहारी वाजपेयी यांचे परराष्ट्र धोरण :

नरसिंहरावांच्यानंतर १९९८ पासून भारतीय जनता पक्षाने २४ मित्र पक्षांच्या साहाय्याने सत्ता मिळविली. पंतप्रधान अटल बिहारी वाजपेयी यांनी भारतीय परराष्ट्र धोरणाला आदर्शवादाकडून वास्तवतेकडे परावर्तित केले. या सरकारने १९९८ साली पोखरण येथे अणुचाचण्या घेऊन देशाला संरक्षणात्मकदृष्ट्या मजबूत केले. भारताने केलेल्या अणुचाचण्यांमुळे अमेरिका, चीन, इंग्लंड, जर्मनी अशी सामर्थ्यशाली राष्ट्रे नाराज झाली. अमेरिकेने भारतावर आर्थिक बंधने घातली. सर्व प्रकारची मदत देणे बंद केले, मात्र कोणत्याही स्थितीला न घाबरता या सरकारने संरक्षणासाठी व विकास कार्यासाठी अणुचाचण्या आवश्यक होत्या असे जागतिक जनमताला पटवून दिले. पाकिस्तानशी संबंध सुधारावेत यादृष्टीने दिल्ली-लाहोर बससेवा सुरू करण्यात आली हा भारताच्या परराष्ट्र धोरणाचाच भाग होता.

६) मनमोहनसिंग यांचे परराष्ट्र धोरण :

भाजप प्रणित सरकार सत्तेकडून पायउतार झाल्यानंतर २००४ पासून २०१४ पर्यंत मनमोहनसिंग यांचे सरकार सत्तेवर आहे. या कालखंडाचा विचार केला तर मनमोहनसिंग सरकारने पंडित नेहरू, इंदिरा गांधी, राजीव गांधी यांचेच परराष्ट्र धोरण व्यवहार्य मानलेले असून त्यात काही किरकोळ बदल केलेले असले तरी परराष्ट्र धोरणाच्या मूळ ढाच्यात कोणताही बदल केलेला नाही. अमेरिका, चीन, पाकिस्तान, म्यानमार या देशांशी मैत्रीपूर्ण संबंध प्रस्थापित करण्याचा प्रयत्न मनमोहनसिंग सरकारने केला.

७) नरेंद्र मोदी यांचे परराष्ट्र धोरण :

नरेंद्र मोदी यांनी भारताच्या परराष्ट्र धोरणास महत्त्वपूर्ण दिशा प्राप्त करून दिली. २०१४ ते २०१९ या काळात नरेंद्र मोदी यांनी परराष्ट्र संबंधांबाबत अनेक महत्त्वपूर्ण निर्णय घेतले. तसेच अनेक प्रलंबित मुद्दे निकालात काढले. याकाळात अमेरिकेशी संबंध अधिक वृद्धींगत झाले. भारत-पाकिस्तान संबंध आक्रमक बनले. भारताने सर्जिकल स्ट्राईकद्वारे पाकिस्तानच्या दहशतवादी तळांना नष्ट केले. तसेच २०१९ मधील बालाकोट हल्लयास प्रतिसाद म्हणून पाकिस्तानवर आक्रमण केले. एकूणच परराष्ट्र धोरण अधिक वास्तवादी बनलेले दिसते.

१.३ भू-राजकीय संदर्भ :

भारताचे परराष्ट्र धोरण ऐतिहासिक वारसा, प्रादेशिक गतिशीलता, जागतिक सत्ता बदल आणि देशांतर्गत अनिवार्यता यांच्याद्वारे आकाराला आलेल्या एका जटिल भू-राजकीय संदर्भामध्ये कार्य करते. भारताच्या परराष्ट्र धोरणावर प्रभाव टाकणाऱ्या भू-राजकीय संदर्भाचे विस्तृत विवेचन पुढीलप्रमाणे करता येईल :

१) ऐतिहासिक वारसा :

भारताचे परराष्ट्र धोरण सार्वभौमत्व, स्वातंत्र्य आणि धोरणात्मक स्वायत्ततेवर भर देणारे, असंलग्नतेच्या ऐतिहासिक वारशावर आधारित आहे. जवाहरलाल नेहरू आणि महात्मा गांधी यासारख्या नेत्यांचा वारसा शांतता, हस्तक्षेप न करणे आणि आंतरराष्ट्रीय सहकार्याला प्राधान्य देऊन जागतिक घडामोडींबाबत भारताच्या दृष्टिकोनाला आकार देतो.

२) शेजारी आणि प्रादेशिक गतिशीलता :

भारताच्या परराष्ट्र धोरणावर त्याच्या जवळच्या शेजारी राष्ट्रांचा प्रभाव पडतो. पाकिस्तान, चीन, नेपाळ, बांगलादेश आणि श्रीलंका यासारख्या शेजारील देशांशी असलेले संबंध हे प्रादेशिक स्थिरता आणि भारताच्या धोरणात्मक हिताचे निर्णायक आहेत. प्रादेशिक वाद, सीमेवरील तणाव आणि ऐतिहासिक शत्रुत्वामुळे भारताचा शेजारी देशांबद्दलचा दृष्टिकोन तयार होतो.

३) चीनचा मुद्दा :

भारताच्या परराष्ट्र धोरणाच्या रचनेत चीन-भारत संबंध महत्त्वपूर्ण भूमिका बजावतात. सीमा विवाद, ऐतिहासिक संघर्ष आणि या प्रदेशात चीनचा वाढता प्रभाव यामुळे भारताच्या धोरणात्मक विचाराला आकार आला आहे. भारताच्या धोरणात चीनच्या प्रभावाचा प्रतिकार करण्यासाठी अमेरिका, जपान आणि आसियान देशांसोबत मजबूत संबंध जोडणे समाविष्ट आहे.

४) पाकिस्तान आणि सुरक्षा आव्हाने :

ऐतिहासिक संघर्ष आणि सीमेपलीकडील तणावामुळे भारताचे पाकिस्तानसोबतचे संबंध ताणले गेले आहेत. चालू असलेले वाद, विशेषत: काश्मीरवरून, प्रादेशिक स्थिरता आणि सुरक्षिततेवर परिणाम करतात. भारताचे परराष्ट्र

धोरण दहशतवाद, बंडखोरी आणि पाकिस्तानच्या धोरणांमुळे उद्भवणारी सुरक्षा आव्हाने हाताळण्याचा प्रयत्न करते.

५) इंडो-पॅसिफिक गतिशीलता :

इंडो-पॅसिफिक क्षेत्रात भारताच्या भूमिकेला महत्त्व प्राप्त होत आहे. भू-राजकीय बदल, सागरी सुरक्षेची समस्या आणि हिंदी महासागर व दक्षिण चीन समुद्रातील आर्थिक हितसंबंध भारताच्या सहभागावर प्रभाव टाकतात. अमेरिका, जपान, ऑस्ट्रेलिया आणि आसियान सारख्या देशांसोबतची भागीदारी भारताच्या इंडो-पॅसिफिक धोरणाचे प्रतिबिंब स्पष्ट करते.

६) जागतिक सत्ता गतिशीलता :

भारताच्या परराष्ट्र धोरणावर जागतिक सत्ता संरचनांचा प्रभाव आहे. अमेरिका, रशिया आणि युरोपियन युनियन सारख्या प्रमुख शक्तींसोबतचे संबंध भारताच्या आर्थिक आणि धोरणात्मक हितसंबंधांवर परिणाम करतात. ब्रिक्स, जी-२० आणि संयुक्त राष्ट्रसंघ यासारख्या व्यासपीठांवरील बहुपक्षीय सहभाग भारताच्या जागतिक स्तरावर ठामपणे मांडण्याच्या प्रयत्नांना प्रतिबिंबित करतात.

७) आर्थिक गरजा :

भारताच्या परराष्ट्र धोरणात आर्थिक हितसंबंध केंद्रस्थानी आहेत. व्यापार, गुंतवणूक, ऊर्जा सुरक्षा आणि तंत्रज्ञानातील सहयोग राजनैतिक संबंध आणि धोरणात्मक भागीदारीला आकार देतात. परकीय गुंतवणूक आकर्षित करण्यासाठी, 'मेक इन इंडिया'ला प्रोत्साहन देण्यासाठी आणि पर्यायी आर्थिक मार्गांचा शोध घेण्याचे प्रयत्न धोरणात्मक निर्णयांवर प्रभाव टाकतात.

८) ऊर्जा सुरक्षा आणि हवामान बदल :

भारताच्या परराष्ट्र धोरणावर ऊर्जा सुरक्षा समस्या आणि हवामान बदलाच्या अनिवार्यतेचाही प्रभाव आहे. ऊर्जा मुत्सद्देगिरी, नूतनीकरणक्षम ऊर्जा भागीदारी आणि हवामान वाटाघाटी यामध्ये भारताची शाश्वत विकास आणि जागतिक पर्यावरणीय समस्यांबाबतची वचनबद्धता दिसून येते.

९) देशांतरित जनसमूह आणि सॉफ्ट पॉवर (मृदू सत्ता) :

भारतातील विशाल देशांतरित जनसमूह त्यांच्या सॉफ्ट पॉवर आणि सांस्कृतिक मुत्सद्देगिरीमध्ये योगदान देतात. जगभरातील भारतीय देशांतरित जनसमूहासोबतच्या सहभागामुळे लोकांचे संबंध, सांस्कृतिक देवाणघेवाण आणि आर्थिक संबंध वाढतात, ज्यामुळे भारताचा जागतिक प्रभाव वाढतो.

१०) सुरक्षा आव्हाने आणि दहशतवाद :

दहशतवाद आणि आंतरराष्ट्रीय धोक्यांसह सुरक्षा आव्हाने भारताच्या परराष्ट्र धोरणावर परिणाम करतात. दहशतवादविरोधी सहकार्य, गुप्तचर माहितीची देवाणघेवाण आणि प्रादेशिक सुरक्षा आघाड्या हे भारताच्या धोरणात्मक सहभागाचे अविभाज्य पैलू आहेत.

११) धोरणात्मक भागीदारी :

भारताने अमेरिका, रशिया आणि फ्रान्ससारख्या देशांसोबत धोरणात्मक भागीदारी विकसित केली आहे. या भागीदारी संरक्षण सहकार्य, तंत्रज्ञान हस्तांतरण आणि राजनैतिक समर्थन वाढवून भारताच्या परराष्ट्र धोरणावर प्रभाव पाडतात.

१२) जागतिक प्रशासन :

संयुक्त राष्ट्रसंघ, जागतिक व्यापार संघटना आणि जी-२० यासारख्या आंतरराष्ट्रीय संस्थांमध्ये भारत मोठी भूमिका बजावू इच्छितो. हे समकालीन भू-राजकीय परिदृश्य प्रतिबिंबित करणाऱ्या सुधारणांसाठी समर्थन करते.

१३) बहुध्रुवीयता :

भारत कोणत्याही एका महासत्तेचे वर्चस्व रोखण्यासाठी बहुध्रुवीय जागतिक व्यवस्थेला चालना देतो. जागतिक सत्तेच्या संतुलित वितरणाला प्रोत्साहन देण्यासाठी भारत समविचारी देशांशी संरेखित होतो.

१४) अलिप्ततावाद आणि धोरणात्मक स्वायत्तता :

भारत एक तत्त्व म्हणून अलिप्तता राखत असताना, तो धोरणात्मक स्वायत्ततेचा पाठपुरावा करतो. हे भारताला त्याच्या परराष्ट्र धोरणातील भागीदारींमध्ये विविधता आणण्यास आणि त्याच्या राष्ट्रीय हितांवर आधारित निर्णय घेण्यास चालना देते.

१५) संकट व्यवस्थापन :

प्रादेशिक संघर्ष किंवा नैसर्गिक आपत्ती यासारख्या भू-राजकीय घटनांमध्ये भारताच्या राजनैतिक आणि मानवतावादी सहभागाची आवश्यकता आहे. हे संघर्ष निराकरण आणि आपत्ती निवारणात रचनात्मक भूमिका बजावण्याचा प्रयत्न करते.

१६) व्यापार आणि आर्थिक भागीदारी :

भारताच्या परराष्ट्र धोरणावर त्याच्या व्यापार आणि आर्थिक संबंधांचा खूप प्रभाव पडतो. परकीय गुंतवणुकीद्वारे द्विपक्षीय आणि बहुपक्षीय व्यापार करारांचा त्याच्या भू-राजकीय निवडीवर महत्त्वपूर्ण प्रभाव पडतो.

१.४ राजकीय घटक :

भारताच्या परराष्ट्र धोरणावर अनेक राजकीय घटकांचा प्रभाव पडतो. हे घटक जागतिक स्तरावर भारताच्या धोरणात्मक सहभाग, युती आणि राजनैतिक निर्णयांना आकार देतात. भारताच्या परराष्ट्र धोरणावर प्रभाव टाकणाऱ्या राजकीय घटकांचे तपशीलवार अन्वेषण पुढील मुद्यांच्या आधारे करता येईल :

१) लोकशाही आणि बहुलवाद :

भारताची राजकीय व्यवस्था, तिच्या लोकशाही तत्त्वांद्वारे वैशिष्ट्यीकृत, तिच्या परराष्ट्र धोरणावर प्रभाव टाकते. भारताची लोकशाही मूल्ये, धर्मनिरपेक्षता आणि बहुसंख्याकता यांच्याशी असलेली बांधिलकी इतर लोकशाही राष्ट्रांसोबतच्या सहभागाला आकार देते आणि सामायिक मूल्यांवर आधारित भागीदारी वाढवते.

२) राजकीय स्थिरता आणि शासन :

भारताच्या परराष्ट्र धोरणात अंतर्गत राजकीय स्थैर्य आणि प्रभावी प्रशासन महत्त्वपूर्ण भूमिका बजावते. एक स्थिर सरकार आणि सुसंगत निर्णय प्रक्रिया सुसंगत परराष्ट्र धोरण उद्दिष्टे तयार करणे आणि अंमलबजावणी करणे सुलभ करते.

३) राजकीय नेतृत्व आणि विचारधारा :

नेतृत्व विचारधारा आणि राजकीय अभिमुखता परराष्ट्र धोरणावर प्रभाव टाकतात. भारतातील विविध सरकारांनी परराष्ट्र धोरणाच्या विविध दृष्टिकोनांना समर्थन दिले आहे, ज्यामुळे इतर देशांशी संबंध प्रभावित होतात. नेत्यांचा जागतिक दृष्टीकोन, प्राधान्यक्रम आणि भू-राजकीय रणनीती भारताच्या राजनैतिक संबंधांवर लक्षणीय प्रभाव टाकतात.

४) राष्ट्रीय हित आणि ओळख :

भारताचे परराष्ट्र धोरण हे राष्ट्रीय हित आणि अस्मितेवर आधारित आहे. सार्वभौमत्व, प्रादेशिक अखंडता, आर्थिक वृद्धी आणि प्रादेशिक स्थैर्य या गोष्टी भारताच्या धोरणात्मक विचारांच्या केंद्रस्थानी आहेत. एक वैविध्यपूर्ण, बहुलवादी राष्ट्र म्हणून भारताची ओळख त्याच्या राजनैतिक प्रतिबद्धता आणि जागतिक भूमिकेवर प्रभाव टाकते.

५) परराष्ट्र धोरण तयार करणे आणि निर्णय घेण्याची प्रक्रिया :

भारताच्या परराष्ट्र धोरणाच्या निर्मितीमध्ये विविध राजकीय कर्त्यांचा समावेश आहे, ज्यात कार्यकारी, कायदेमंडळ आणि धोरणात्मक विचारसरणी यांचा समावेश आहे. निर्णय घेण्याची प्रक्रिया विविध भागधारकांच्या अभिप्रायांचा विचार करते, जे एकमत-निर्मिती आणि लोकशाही विचार-विमर्श प्रतिबिंबित करते.

६) राजकीय पक्ष आणि वैचारिक बदल :

राजकीय पक्ष आणि त्यांच्या विचारधारा परराष्ट्र धोरणाच्या अभिमुखतेवर परिणाम करतात. सरकारमधील बदल अनेकदा परराष्ट्र धोरणाच्या दृष्टिकोनात बदल घडवून आणतात, विविध धोरणात्मक प्राधान्यांवर जोर देतात किंवा राजनैतिक संरेखन बदलतात.

७) राष्ट्रीय सुरक्षा आणि संरक्षण धोरण :

भारताच्या राष्ट्रीय सुरक्षेच्या समस्या, संरक्षण धोरण आणि धोरणात्मक अत्यावश्यकता त्याच्या परराष्ट्र धोरणाच्या निर्णयांना महत्त्व देतात. शेजारील देशांशी संबंध, युती आणि संरक्षण करार सुरक्षेच्या विचारांवर प्रभाव पाडतात.

८) प्रादेशिक राजकारण आणि द्विपक्षीय संबंध :

देशांतर्गत राजकारणाचा भारताच्या शेजारील देशांसोबतच्या द्विपक्षीय संबंधांवर प्रभाव पडतो. सीमापार संघर्ष, ऐतिहासिक विवाद आणि प्रादेशिक राजकारण यासारख्या समस्या या संबंधांच्या मार्गावर परिणाम करतात.

९) राजनैतिक मिशन आणि सार्वजनिक मुत्सद्दीपणा :

राजनैतिक मिशन आणि सार्वजनिक मुत्सद्देगिरी उपक्रम भारताच्या राजकीय हितसंबंधांना पुढे नेण्यात महत्त्वपूर्ण भूमिका बजावतात. राजकीय पोहोच, सांस्कृतिक देवाणघेवाण आणि सार्वजनिक सहभाग भारताची प्रतिमा सुधारण्यात आणि आंतरराष्ट्रीय संबंध वाढविण्यात योगदान देतात.

१०) देशांतर्गत राजकीय वादविवाद आणि सार्वजनिक मत :

देशांतर्गत राजकीय वादविवाद आणि जनमताचा परराष्ट्र धोरणाच्या निर्णयांवर प्रभाव पडतो. सार्वजनिक भावना, माध्यमांवरील प्रक्षेपण आणि नागरी समाजाची सक्रियता आंतरराष्ट्रीय घडामोडींवर सरकारच्या दृष्टिकोनावर परिणाम करते.

११) भू-व्यूहरचनात्मक विचार :

जागतिक सत्ता गतिशीलता, प्रादेशिक भूराजकीय आणि उदयोन्मुख सुरक्षा धोके यांचे राजकीय मूल्यांकन भारताच्या परराष्ट्र धोरणास आकार देतात. विकसित होत असलेली आंतरराष्ट्रीय व्यवस्था आणि भू-राजकीय समीकरणांमध्ये होणारे बदल भारताच्या राजनैतिक संबंधांवर परिणाम करतात.

१२) बहुपक्षीय प्रतिबद्धता आणि आंतरराष्ट्रीय मंच :

आंतरराष्ट्रीय मंच आणि बहुपक्षीय संघटनांमधील सहभाग राजकीय उद्दिष्टांवर आधारित असतो. संयुक्त राष्ट्रसंघ, जी-२०, आणि ब्रिक्स सारख्या व्यासपीठांवर भारताचा सहभाग जागतिक चर्चेला आकार देण्यासाठी आणि जागतिक आव्हानांना सामोरे जाण्याची त्याची वचनबद्धता दर्शवतो.

१.५ वैचारिक घटक :

भारताचे परराष्ट्र धोरण हे वैचारिक घटकांच्या गुंतागुंतीच्या परस्परसंवादाने बनवलेले आहे जे त्याच्या धोरणात्मक अभिमुखता, आंतरराष्ट्रीय संलग्नता आणि राजनैतिक निर्णयांवर आधारित आहे. भारताच्या परराष्ट्र धोरणावर प्रभाव टाकणाऱ्या वैचारिक घटकांचा आढावा पुढील मुद्यांच्या आधारे घेता येईल :

१) अलिप्तता आणि स्वातंत्र्य :

अलिप्तता एक मूलभूत वैचारिक तत्त्व असून भारताच्या परराष्ट्र धोरणाला मार्गदर्शन करते. जवाहरलाल नेहरूंनी पुरस्कार केलेले हे तत्व धोरणात्मक स्वायत्तता राखण्यासाठी, प्रमुख शक्ती गटांशी सरेखन टाळण्याचा आणि जागतिक घडामोडींमध्ये स्वातंत्र्य टिकवून ठेवण्याचा प्रयत्न करते.

२) पंचशील आणि शांततापूर्ण सहअस्तित्व :

शांततापूर्ण सहअस्तित्वाच्या पाच तत्त्वांचा समावेश असलेले पंचशील तत्व हे आंतरराष्ट्रीय संबंधांमध्ये अहस्तक्षेप, परस्पर आदर आणि सहकार्यासाठी भारताची वचनबद्धता दर्शवते. ही शिकवण भारताच्या आशिया आणि आफ्रिकेतील सहभागाचे मार्गदर्शन करते.

३) धर्मनिरपेक्षता आणि बहुलवाद :

भारताची धर्मनिरपेक्ष आणि बहुलतावादी विचारसरणी त्याच्या परराष्ट्र धोरणाला आकार देते. बहुलवाद आणि धार्मिक विविधतेची बांधिलकी, जागतिक स्तरावर सहिष्णुता आणि विविधतेचा पुरस्कार करणाऱ्या आंतरराष्ट्रीय संबंधांबाबतच्या भारताच्या दृष्टिकोनावर प्रभाव पाडते.

४) गांधीवादी तत्त्वे आणि नैतिक मुत्सद्दीपणा :

महात्मा गांधींची अहिंसा आणि नैतिक मुत्सद्देगिरीची तत्त्वे भारताच्या परराष्ट्र धोरणाच्या रचनेत महत्वपूर्ण आहेत. नैतिक विचारांवर भर दिल्याने जागतिक समस्या, मानवाधिकार आणि शांतता राखण्याच्या उपक्रमांवरील भारताच्या भूमिकेवर प्रभाव पडतो.

५) सार्वभौमत्व आणि राष्ट्रीय स्व-निर्णय :

भारताच्या परराष्ट्र धोरणाचे मूळ सार्वभौमत्व आणि स्वयंनिर्णयाच्या अधिकाराचा आदर करण्याच्या तत्त्वावर आहे. या तत्त्वांचे पालन केल्याने जागतिक स्तरावर स्वातंत्र्य आणि सार्वभौमत्वासाठी झटणाऱ्या राष्ट्रांना भारताचा पाठिंबा मिळेल.

६) लोकशाही संवर्धन आणि बहुपक्षीयता :

भारताचे परराष्ट्र धोरण लोकशाहीला चालना देण्यावर आणि बहुपक्षीय संस्थांना पाठिंबा देण्यावर भर देते. जगातील सर्वात मोठी लोकशाही म्हणून भारत लोकशाही तत्त्वे, मानवी हक्क आणि जागतिक प्रशासन मंचांमध्ये सहभागासाठी समर्थन करतो.

७) वसाहतवादविरोधी आणि दक्षिण-दक्षिण सहकार्य :

ऐतिहासिक वसाहतविरोधी संघर्ष भारताच्या परराष्ट्र धोरणावर प्रभाव टाकतात तसेच इतर विकसनशील देशांशी एकता वाढवतात. दक्षिण-दक्षिण सहकार्य युतीसाठी आधार बनवते, जागतिक दक्षिणच्या विकासास आणि नव-वसाहतवादाचा प्रतिकार करण्यास मदत करते.

८) आर्थिक स्वावलंबन आणि विकास :

आर्थिक स्वावलंबन आणि विकासाचा भारताचा पाठपुरावा त्याच्या परराष्ट्र धोरणाच्या प्राधान्यक्रमांवर प्रभाव पाडतो. आर्थिक वृद्धी, व्यापार वैविध्य आणि तंत्रज्ञान भागीदारीवर भर देणे भारताची स्वयंपूर्णतेची इच्छा दर्शवते.

९) जागतिक जबाबदारी आणि शांतता निर्मिती :

भारताचे परराष्ट्र धोरण जागतिक जबाबदारी आणि शांतता निर्मितीसाठी वचनबद्धतेचे प्रतिबिंब आहे. शांतता मोहिमांमध्ये सक्रिय सहभाग, संघर्ष निराकरण प्रयत्न आणि मानवतावादी मदत प्रकल्प हे एक जबाबदार जागतिक अभिकर्ता म्हणून भारताची भूमिका स्पष्ट करतात.

१०) आण्विक धोरण आणि नि:शस्त्रीकरण :

आण्विक नि:शस्त्रीकरणावरील भारताची भूमिका विश्वासार्ह आण्विक प्रतिबंध राखून आण्विक अप्रसारासाठीच्या वैचारिक वचनबद्धतेमुळे आकाराला आली आहे. शांततापूर्ण जागतिक व्यवस्थेची गरज अधोरेखित करून भारत जागतिक आण्विक नि:शस्त्रीकरणाचा पुरस्कार करतो.

११) सांस्कृतिक मुत्सद्दीपणा आणि सॉफ्ट पॉवर :

भारताच्या परराष्ट्र धोरणामध्ये सांस्कृतिक मुत्सद्देगिरी आणि सॉफ्ट पॉवर महत्त्वपूर्ण भूमिका बजावतात. भारताचा समृद्ध सांस्कृतिक वारसा, कला, योग आणि बॉलिवुड त्याच्या जागतिक सॉफ्ट पॉवरमध्ये योगदान देतात व आंतरराष्ट्रीय संबंध वाढवतात.

१२) प्रादेशिक नेतृत्व आणि संबंध :

प्रादेशिक नेतृत्व आणि संबंधांसाठी भारताची आकांक्षा दक्षिण आशिया आणि त्यापुढील परराष्ट्र धोरणाला चालना देते. 'नेबरहुड फर्स्ट' धोरणासारख्या उपक्रमांचा उद्देश प्रादेशिक सहकार्य आणि संपर्क वाढवणे आहे.

१३) पर्यावरण आणि हवामानविषयक वचनबद्धता :

पर्यावरणविषयक भारताची वचनबद्धता त्याच्या हवामान मुत्सद्देगिरीवर प्रभाव टाकते. हवामान बदल कमी करणे, नूतनीकरणक्षम ऊर्जा आणि आंतरराष्ट्रीय पर्यावरण करार यामध्ये भारताची शाश्वत भविष्यासाठीची वचनबद्धता दिसून येते.

१४) वैचारिक बदल आणि रुपांतर :

भारताचे परराष्ट्र धोरण हे वैचारिक बदल आणि बदलत्या जागतिक गतिमानता, नेतृत्वातील बदल आणि विकसित होणारे राष्ट्रीय हित यावर आधारित बदल दर्शवते. नवीन आव्हानांशी जुळवून घेण्याची क्षमता हा भारताच्या परराष्ट्र धोरणाचा अविभाज्य घटक आहे.

१.६ सामाजिक घटक :

भारताच्या परराष्ट्र धोरणातील सामाजिक घटक देशाच्या आंतरराष्ट्रीय संबंधांवर आणि राजनैतिक उपक्रमांवर संस्कृती, समाज आणि लोकांसारख्या सामाजिक घटकांच्या प्रभावाचा संदर्भ देतात. हे सामाजिक घटक भारताच्या जागतिक समुदायाशी संवाद साधण्याच्या आणि परराष्ट्र धोरणाच्या प्राधान्यक्रमांना आकार देण्यावर प्रभाव पाडतात. पुढील मुद्यांच्या आधारे त्यांचा आढावा घेता येईल :

१) विविधता आणि बहुलवाद :

भारताची समृद्ध सांस्कृतिक विविधता आणि बहुसंख्य आचारविचार भारताच्या परराष्ट्र धोरणावर प्रभाव टाकतात. भाषिक, धार्मिक आणि वांशिक विविधतेने वैशिष्ट्यीकृत देशाची सामाजिक बांधणी, सर्वसमावेशकता आणि सहिष्णुतेवर जोर देऊन जागतिक मुत्सद्देगिरीद्वारे भारताच्या दृष्टिकोनाला आकार देते.

२) सॉफ्ट पॉवर आणि सांस्कृतिक राजनय :

भारत सांस्कृतिक राजनयाद्वारे आपल्या सॉफ्ट पॉवरचा फायदा घेतो. भारताच्या प्राचीन परंपरा, कला, साहित्य, योग, संगीत आणि बॉलीवूड चित्रपट त्याच्या जागतिक प्रभावामध्ये योगदान देतात, सद्भावना वाढवतात आणि इतर राष्ट्रांशी संबंध वाढवतात.

३) देशांतरित जनसमूह प्रतिबद्धता :

भारताचा व्यापक देशांतरित जनसमूह परराष्ट्र धोरणातील सामाजिक परिमाणात योगदान देतात. जगभरात पसरलेले भारतीय देशांतरित जनसमूह, भारत आणि इतर देशांमधील आर्थिक संबंध, सांस्कृतिक देवाणघेवाण आणि राजकीय संबंध सुलभ करण्यासाठी दुवा म्हणून काम करतात.

४) मानवतावादी सहाय्य आणि विकास मदत :

गरजू देशांना मानवतावादी मदत आणि विकास सहाय्य प्रदान करण्यात भारताची सामाजिक नीतिमत्ता दिसून येते. आपत्ती निवारण, क्षमता-निर्मिती प्रकल्प आणि तांत्रिक सहाय्य यातील सहभाग जागतिक कल्याणासाठी भारताची वचनबद्धता अधोरेखित करतो.

५) सामाजिक न्याय आणि मानवाधिकार पाठपुरावा :

सामाजिक न्याय आणि मानवी हक्कांप्रती भारताची बांधिलकी त्याच्या परराष्ट्र धोरणातील सहभागाला आकार देते. मानवी हक्क, लिंगभाव समानता आणि सामाजिक समावेशासाठी पाठपुरावा भारताच्या आंतरराष्ट्रीय चर्चा आणि सहभागांमध्ये ठळकपणे दिसून येतो.

६) शिक्षण आणि ज्ञानाची देवाणघेवाण :

भारत आपल्या परराष्ट्र धोरणात शिक्षण आणि ज्ञान वाटप उपक्रमांवर भर देतो. शैक्षणिक देवाणघेवाण, शिष्यवृत्ती आणि शैक्षणिक भागीदारीमधील सहकार्यामुळे शिकण्याच्या संधींना प्रोत्साहन मिळते आणि राष्ट्रांमधील बौद्धिक देवाणघेवाण वाढते.

७) सार्वजनिक राजनय आणि नागरी समाज सहभाग :

सार्वजनिक राजनय उपक्रम आणि नागरी समाजातील सहभाग भारताच्या परराष्ट्र धोरणात महत्त्वपूर्ण भूमिका बजावतात. संवाद, नागरिक राजनय आणि नागरी समाज भागीदारीसाठीचे व्यासपीठ भारताच्या आंतरराष्ट्रीय सहभागाला आकार देण्यासाठी व्यापक सामाजिक सहभागाची सुविधा देतात.

८) सामाजिक विकास उद्दिष्टे आणि शाश्वत विकास :

शाश्वत विकास उद्दिष्टे (SDGs) साध्य करण्यासाठी भारताची वचनबद्धता त्याच्या परराष्ट्र धोरणावर प्रभाव टाकते. गरिबी निर्मूलन, आरोग्यसेवा आणि स्वच्छता यासारख्या सामाजिक विकासाच्या आव्हानांना तोंड देणे हे इतर राष्ट्रांसोबत भागीदारी आणि सहयोगाचे उद्दिष्ट आहे.

९) लिंगभाव सक्षमीकरण आणि महिला अधिकार :

भारत आपल्या परराष्ट्र धोरणाच्या विवेचनात लिंगभाव सशक्तीकरण आणि महिलांच्या हक्कांचा पुरस्कार करतो. आंतरराष्ट्रीय मंच आणि सहकार्यांमधील सहभाग लिंगभाव समानता, महिला सक्षमीकरण आणि जागतिक स्तरावर लिंगभाव-आधारित समस्यांचे निराकरण करण्यावर लक्ष केंद्रित करतात.

१०) सोशल मीडिया आणि डिजिटल राजनय :

भारताने सोशल मीडिया आणि डिजिटल राजनयाचा स्वीकार केल्याने परराष्ट्र धोरणातील सामाजिक परिमाण वाढतो. डिजिटल प्लॅटफॉर्म, सोशल मीडिया आउटरीच आणि डिजिटल मोहिमेचा वापर करून भारताची जागतिक पोहोच आणि आंतरराष्ट्रीय घटकांशी संवाद वाढतो.

११) युवा सहभाग आणि भविष्यातील नेतृत्व :

जागतिक युवा समुदायांसोबत भारताचा सहभाग आणि भविष्यातील नेतृत्व कार्यक्रम त्याच्या परराष्ट्र धोरणावर प्रभाव टाकतात. युवा देवाणघेवाण, नेतृत्व शिखर परिषद आणि तरुण-केंद्रित उपक्रमांसाठीचे व्यासपीठ जागतिक संवाद आणि भविष्यातील सहकार्यास प्रोत्साहन देण्यासाठी योगदान देतात.

१२) आरोग्य राजनय आणि जागतिक महामारी :

जागतिक महामारीच्या काळात आरोग्यविषयक राजनयामध्ये भारताचा पुढाकार, हा परराष्ट्र धोरणातील सामाजिक परिमाण अधोरेखित करतो. जागतिक महामारीच्या काळातील आरोग्यसेवा सहाय्य आणि साथीच्या रोगप्रतिसाद प्रयत्नांमध्ये योगदान भारताची जागतिक एकता प्रदर्शित करते.

१.७ आर्थिक घटक :

भारताच्या परराष्ट्र धोरणाचे आर्थिक घटक हे त्याचे आंतरराष्ट्रीय संबंध आणि प्राधान्यक्रम ठरवण्यासाठी महत्त्वपूर्ण आहेत. भारताचे परराष्ट्र धोरण त्याच्या आर्थिक हितसंबंध आणि उद्दिष्टांशी घट्टपणे गुंतलेले आहे. भारताच्या परराष्ट्र धोरणातील प्रमुख आर्थिक घटक पुढीलप्रमाणे आहेत :

१) व्यापार आणि वाणिज्य करार :

भारताचे परराष्ट्र धोरण जागतिक स्तरावर व्यापार संबंध वाढवण्यास प्राधान्य देते. द्विपक्षीय आणि प्रादेशिक व्यापार करार अमेरिका, युरिपियन संघ, आसियान आणि शेजारील राष्ट्रांसोबत आर्थिक संबंध वाढवण्यासाठी निर्णायक आहेत. हे करार बाजारपेठेतील प्रवेश सुलभ करतात, व्यापारातील अडथळे कमी करतात आणि आर्थिक सहकार्याला प्रोत्साहन देतात, ज्यामुळे भारताच्या निर्यात आणि आयातीला फायदा होतो.

२) थेट परकीय गुंतवणुकीला (FDI) आकर्षित करणे :

थेट परकीय गुंतवणुक आकर्षित करण्यासाठी भारत धोरणात्मकरीत्या परराष्ट्र धोरण उपक्रमांमध्ये गुंतलेला आहे. मेक इन इंडिया सारख्या धोरणांद्वारे गुंतवणुकीसाठी अनुकूल वातावरण निर्माण करून आणि उत्पादन, पायाभूत सुविधा व तंत्रज्ञान यासारख्या क्षेत्रांमध्ये सुधारणा करून, भारताचे उद्दिष्ट आर्थिक विकास आणि तांत्रिक प्रगतीला चालना देण्याचे आहे.

३) आर्थिक राजनय :

भारत आर्थिक राजनयाचा वापर जगभरातील राष्ट्रांशी संबंध मजबूत करण्यासाठी एक साधन म्हणून करतो. यामध्ये आर्थिक मुद्यांवर लक्ष केंद्रित करणाऱ्या राजनैतिक प्रयत्नांचा समावेश आहे. भारताच्या आर्थिक विकासासाठी फायदेशीर व्यापार, गुंतवणूक आणि सहयोगांना प्रोत्साहन देण्यासाठी राजनयाचा अवलंब केला जातो.

४) ऊर्जा सुरक्षा :

भारताचे परराष्ट्र धोरण सौदी अरेबिया, UAE आणि इराण यासारख्या तेल उत्पादक राष्ट्रांशी धोरणात्मक भागीदारी आणि कराराद्वारे ऊर्जा संसाधने सुरक्षित करण्यावर भर देते. हे सहकार्य स्थिर ऊर्जा पुरवठा सुनिश्चित करते, अवलंबित्व जोखीम कमी करते आणि शाश्वत आर्थिक विकासास प्रोत्साहन देते.

५) ग्लोबल आर्थिक मंच आणि आघाडी :

भारत आंतरराष्ट्रीय आर्थिक धोरणांना आकार देण्यासाठी जी-२०, ब्रिक्स आणि जागतिक व्यापार संघटना सारख्या जागतिक आर्थिक मंचांमध्ये सक्रियपणे सहभागी आहे. या व्यासपीठांद्वारे भारत न्याय्य व्यापार पद्धती, जागतिक वित्तीय संस्थांमधील सुधारणा आणि जागतिक आर्थिक प्रशासनामध्ये विकसनशील अर्थव्यवस्थांचा सहभाग वाढवण्याचा पुरस्कार करतो.

६) पायाभूत सुविधा विकास प्रकल्प :

भारत विविध देशांमध्ये विशेषतः आफ्रिका, आग्नेय आशिया आणि हिंदी महासागर क्षेत्रात पायाभूत सुविधा विकास प्रकल्पांद्वारे आर्थिक सहकार्य वाढवतो. पायाभूत सुविधा प्रकल्पांसाठी इंटरनॅशनल सोलर अलायन्स (IS) आणि

लाइन्स ऑफ क्रेडिट (LoC) सारख्या उपक्रमांनी जागतिक स्तरावर भारताच्या आर्थिक पदचिन्हांना बळ दिले आहे.

७) डिजिटल आणि तांत्रिक सहयोग :

भारताचे परराष्ट्र धोरण तंत्रज्ञान आणि डिजिटल क्षेत्रातील सहकार्यास प्रोत्साहन देते. माहिती तंत्रज्ञान, अंतराळ संशोधन आणि नवकल्पना यासाठी भागीदारी जागतिक सहकार्य वाढवताना भारताच्या तांत्रिक प्रगती आणि आर्थिक वृद्धीस हातभार लावतात.

८) प्रादेशिक आर्थिक एकात्मता :

भारत दक्षिण आशियाई प्रादेशिक सहकार्य संघटना (SAARC) आणि बहु-क्षेत्रीय तांत्रिक आणि आर्थिक सहकार्यासाठी बंगालचा उपसागर पुढाकार (BIMSTEC) यासारख्या प्रादेशिक आर्थिक एकात्मता उपक्रमांमध्ये सक्रियपणे सहभागी होतो. अशा सहकार्यांचे उद्दिष्ट प्रादेशिक व्यापार, संवाद आणि आर्थिक विकासाला चालना देणे आहे.

९) मानव संसाधन विकास :

भारताच्या परराष्ट्र धोरणामध्ये भागीदार देशांमधील कौशल्य विकास आणि क्षमता वाढीसाठीच्या पुढाकारांचा समावेश आहे. इंडियन टेक्निकल अँड इकॉनॉमिक कोऑपरेशन (ITEC) आणि परदेशी विद्यार्थ्यांसाठी शिष्यवृत्ती यासारखे कार्यक्रम लोकांमधील संबंध मजबूत करतात आणि जागतिक स्तरावर मानव संसाधन विकासात योगदान देतात.

१०) आर्थिक भागीदारीचे वैविध्यकरण :

भारताचे परराष्ट्र धोरण पारंपारिक मित्रपक्षांच्या पलीकडे आर्थिक भागीदारीमध्ये विविधता आणण्याचा प्रयत्न करते. लॅटिन अमेरिका, आफ्रिका आणि आग्नेय आशियातील देशांसोबत गुंतून, भारत सर्वसमावेशक आणि शाश्वत आर्थिक विकासाला चालना देण्यासाठी नवीन बाजारपेठा आणि संसाधनांमध्ये प्रवेश करून, आपला आर्थिक सहभाग विस्तारतो.

१.८ भारतीय देशांतरित जनसमूह :

परदेशात राहणाऱ्या भारतीय प्रवासी समुदायाचा संदर्भ देणारा भारतीय देशांतरित जनसमूह भारताच्या परराष्ट्र धोरणात महत्त्वाची भूमिका बजावतो. भारतीय वंशाचे लाखो लोक विविध देशांमध्ये वास्तव्य करून, भारतीय देशांतरित जनसमूह जगातील सर्वात मोठ्या लोकांपैकी एक असल्याचा अंदाज आहे. भारताचे परराष्ट्र धोरण या देशांतरित जनसमूहाचे महत्त्व ओळखते आणि राष्ट्रीय हितसंबंध वाढवण्यासाठी आणि यजमान व मायदेशी दोन्ही देशांशी संबंध मजबूत करण्यासाठी सक्रियपणे त्यांच्याशी संलग्न आहे. भारतीय देशांतरित जनसमूह भारत आणि जग यांच्यातील महत्त्वाचा दुवा म्हणून काम करतो, भारताचा राजनय, संस्कृती, अर्थव्यवस्था आणि जागतिक प्रभावामध्ये योगदान देतो. सरकार देशांतरित जनसमूहाचे महत्त्व ओळखत आहे आणि जागतिक स्तरावर भारताच्या हितसंबंधांना प्रोत्साहन देण्यासाठी सक्रियपणे त्यांच्याशी सहकार्य आणि सहयोग करण्याचा प्रयत्न करत आहे.

१) सांस्कृतिक आणि सॉफ्ट पॉवर :

भारतीय देशांतरित जनसमूह हे भारत आणि त्यांच्या यजमान देशांमधील सांस्कृतिक दुवा म्हणून काम करतात. ते भारतीय संस्कृती, परंपरा आणि मूल्यांना प्रोत्साहन देतात आणि जागतिक स्तरावर भारताची सॉफ्ट पॉवर आणि सांस्कृतिक प्रभाव वाढवतात. सांस्कृतिक कार्यक्रम, सण आणि प्रथा देशांतरित जनसमूहाद्वारे सामायिक आणि साजरे केल्या जातात, ज्यामुळे भारताची प्रतिमा उंचावते.

२) आर्थिक योगदान :

भारतीय देशांतरित जनसमूह भारताच्या अर्थव्यवस्थेत वित्तप्रेषण, गुंतवणुक आणि आर्थिक सहाय्य याद्वारे महत्त्वपूर्ण योगदान देतात. देशांतरित जनसमूहामधून पाठवले जाणारे पैसे हे परकीय चलनाचे एक महत्त्वपूर्ण स्त्रोत आहेत आणि भारताच्या देयक संतुलनावर त्याचा सकारात्मक परिणाम होतो.

३) गुंतवणूक आणि व्यवसाय :

देशांतरित जनसमूहामध्ये मोठ्या संख्येने यशस्वी उद्योजक, व्यावसायिक आणि व्यावसाय नेते समाविष्ट आहेत. थेट विदेशी गुंतवणुकीद्वारे (FDI) आर्थिक वृद्धी आणि विकासाला चालना देऊन, भारत देशांतरित जनसमूहाना देशात गुंतवणूक करण्यासाठी सक्रियपणे प्रोत्साहित करतो.

४) जागतिक जाळे :

भारतीय देशांतरित जनसमूह सदस्य त्यांच्या यजमान देशांमध्ये राजकारण, व्यवसाय, शैक्षणिक आणि कला यासारख्या क्षेत्रात प्रभावशाली पदे भूषवतात. या नेटवर्कचा उपयोग भारताच्या हितासाठी आणि विविध क्षेत्रात सहकार्य वाढवण्यासाठी केला जातो.

५) संकट प्रतिसाद आणि मानवतावादी मदत :

नैसर्गिक आपत्ती किंवा मानवतावादी संकटांच्या काळात, देशांतरित जनसमूह यजमान देश आणि भारतात दोन्ही ठिकाणी वारंवार मदत कार्ये आयोजित करतात. त्यांचा प्रतिसाद मानवतावादी राजनय आणि आपत्ती व्यवस्थापनात महत्त्वाची भूमिका बजावतो.

६) भारतीय क्रियांसाठी समर्थन :

भारतीय देशांतरित जनसमूह अनेकदा परोपकारी उपक्रम आणि सेवाभावी संस्थांद्वारे शिक्षण, आरोग्यसेवा आणि सामाजिक उपक्रम यासारख्या भारतीय क्रियांसाठी समर्थन देतात.

७) पाठपुरावा आणि लॉबिंग :

देशांतरित जनसमूहांचे गट आणि संघटना त्यांच्या यजमान देशांमध्ये पाठपुरावा आणि लॉबिंगच्या प्रयत्नांमध्ये सक्रियपणे गुंतलेल्या आहेत. त्या भारताच्या हितसंबंधांना प्रोत्साहन देतात तसेच समुदाय आणि देशावर परिणाम करणाऱ्या समस्यांचे निराकरण करतात.

८) शैक्षणिक आणि संशोधन संबंधांना प्रोत्साहन देणे :

भारतीय देशांतरित जनसमूह भारत आणि त्यांच्या यजमान देशांमधील शैक्षणिक व संशोधन सहकार्यांमध्ये योगदान देतात. यामुळे शैक्षणिक भागीदारी, ज्ञानाची देवाणघेवाण आणि वैज्ञानिक सहकार्य मजबूत बनते.

९) राजकीय प्रतिनिधित्व :

भारतीय देशांतरित जनसमूहाचे काही सदस्य त्यांच्या यजमान देशांमध्ये राजकीय पद धारण करतात आणि ते भारतावर परिणाम करणारी धोरणे तयार करण्यात भूमिका बजावतात. ते भारताच्या हितसंबंधांशी सुसंगत असलेल्या धोरणांचा पाठपुरावा करतात.

१०) देशांतरित जनसमूह बंधपत्र आणि गुंतवणूक :

भारताने देशांतरित जनसमूहासोबतचे बंधपत्र मजबूत करण्यासाठी भारतीय परदेशी नागरिक (OCI) आणि भारतीय वंशाची व्यक्ती (PIO) कार्ड सारखे उपक्रम सुरू केले आहेत. हे कार्ड व्हिसा-मुक्त प्रवास, मालमत्तेची मालकी आणि व्यवसायाच्या संधी यासारखे विशेषाधिकार देतात.

११) संवाद आणि संलग्नता :

भारत सरकारने प्रवासी भारतीय दिवस (अनिवासी भारतीय दिवस) सारखे व्यासपीठ आणि मंच तयार केले आहेत, ज्यामुळे देशांतरित जनसमूहातील लोकांसाठी संलग्नता आणि संवाद संधी उपलब्ध होतील.

१२) भारतीय मिशन आणि पोहोच :

भारतीय राजनैतिक मिशन आणि वाणिज्य दूतावास अनेकदा देशांतरित जनसमूह प्रकरणांसाठी समर्पित विशिष्ट एकक असतात, जे त्यांच्या समस्या दूर करण्यासाठी आणि सहकार्य वाढवण्यासाठी भारतीय समुदायाशी जवळून काम करतात.

१३) ज्ञान हस्तांतरण :

देशांतरित जनसमूह भारतासोबत कौशल्य, अनुभव आणि तंत्रज्ञान सामायिक करून ज्ञान हस्तांतरण आणि कौशल्य विकासात योगदान देतात; जे तंत्रज्ञान, आरोग्यसेवा आणि शिक्षण यासारख्या क्षेत्रांमध्ये महत्त्वपूर्ण ठरतात.

१४) जागतिक आव्हानांमध्ये व्यस्तता :

भारतीय देशांतरित जनसमूहांची आंतरराष्ट्रीय संस्था आणि संघटनांमध्ये उपस्थिती पाहता हवामान बदल, शाश्वत विकास आणि आरोग्यसेवा यासारख्या जागतिक आव्हानांना तोंड देण्यासाठी ते महत्वपूर्ण भूमिका बजावू शकतात.

❋❋❋❋

सरावासाठी प्रश्न

प्र. १. दीर्घोत्तरी प्रश्न.

१) परराष्ट्र धोरण म्हणजे काय? परराष्ट्र धोरणाची उद्दिष्टे स्पष्ट करा.
२) भारताच्या परराष्ट्र धोरणाचे स्वरूप स्पष्ट करा.
३) भारताच्या परराष्ट्र धोरणाचा स्वातंत्र्योत्तर इतिहास तपशीलवार स्पष्ट करा.
४) भारताच्या परराष्ट्र धोरणाचे भू-राजकीय घटक तपशीलवार स्पष्ट करा.
५) भारताच्या परराष्ट्र धोरणाच्या राजकीय घटकांची माहिती सांगा.
६) भारताच्या परराष्ट्र धोरणाचे वैचारिक घटक स्पष्ट करा.
७) भारताच्या परराष्ट्र धोरणाचे आर्थिक घटक स्पष्ट करा.
८) भारताच्या परराष्ट्र धोरणाचे सामाजिक घटक स्पष्ट करा..
९) भारताच्या परराष्ट्र धोरणातील भारतीय देशांतरित जनसमूह स्पष्ट करा.

प्र. २. टिपा लिहा.

१) परराष्ट्र धोरणाची उद्दिष्टे.
२) भारताच्या परराष्ट्र धोरणाचा स्वातंत्र्योत्तर इतिहास.
३) भारताच्या परराष्ट्र धोरणाचे भौगोलिक संदर्भ.
४) भारताच्या परराष्ट्र धोरणाचे राजकीय घटक.
५) भारताच्या परराष्ट्र धोरणाचे वैचारिक घटक.
६) भारताच्या परराष्ट्र धोरणाचे सामाजिक घटक.
७) भारताच्या परराष्ट्र धोरणाचे आर्थिक घटक.
८) भारतीय देशांतरित जनसमूह.

परराष्ट्र धोरणाची निर्मिती : कर्ते आणि प्रक्रिया

प्रकरण २

- २.१ कार्यकारी मंडळाची भूमिका
- २.२ संसदेची भूमिका
- २.३ राजकीय पक्षांची भूमिका
- २.४ दबाव गटांची भूमिका
- २.५ प्रसार माध्यमांची भूमिका

प्रस्तावना :

भारताच्या परराष्ट्र धोरणाचा अभ्यास करत असताना परराष्ट्र धोरणाची निर्मिती प्रक्रिया जाणून घेणे आवश्यक आहे. कारण भारतात परराष्ट्र धोरणाची आखणी व कार्यवाही करण्यासंदर्भात एका विशिष्ट संरचनेची निर्मिती करण्यात आली आहे. भारतात परराष्ट्र मंत्रालयाची स्थापना करण्यात आली असून, त्याद्वारे परराष्ट्र धोरणासंदर्भात सर्व महत्त्वपूर्ण निर्णय घेतले जातात. अर्थात परराष्ट्र मंत्रालयावर पंतप्रधानांचे नियंत्रण असते. परराष्ट्र मंत्री आणि पंतप्रधान यांची भूमिका परराष्ट्र धोरणाच्या आखणी संदर्भात महत्त्वपूर्ण असते. भारतात मंत्रिमंडळांच्या बैठकीत परराष्ट्र व्यवहारासंदर्भातील महत्त्वपूर्ण निर्णय घेतले जातात. कुठल्याही देशासोबत करार करताना मंत्रिमंडळातील मंत्र्यांच्या सल्लामसलतीने निर्णय घेतला जातो. तसेच भारतात परराष्ट्र व्यवहार मंत्रालयाद्वारे वेगवेगळ्या देशांमध्ये राजदूत नेमले जातात. हे राजनयज्ञ भारतीय सनदी सेवेतील अधिकारी असतात. ज्या देशांमध्ये त्यांची राजदूत म्हणून नियुक्ती करण्यात आलेली असते, तेथे त्यांना विशेषाधिकार प्राप्त होतात. भारत आणि संबंधित देश यांतील संबंध कशाप्रकारे वाढीस लागतील यासाठी ते प्रयत्नशील असतात. शिवाय त्यांनी पाठविलेल्या माहितीवरच परराष्ट्र धोरणाची रूपरेषा अवलंबून असते. त्यामुळे या सर्व मुद्यांच्या आधारे भारताच्या परराष्ट्र धोरणाची संरचना अभ्यासणे योग्य ठरेल.

२.१ कार्यकारी मंडळाची भूमिका :

भारताने संसदीय लोकशाही पद्धतीचा स्वीकार केल्यामुळे लोकांनी निवडून दिलेल्या प्रतिनिधींद्वारे सरकार अस्तित्वात येते व त्याद्वारेच सामान्य लोकांच्या इच्छा-आकांक्षा पूर्ण करण्याचा प्रयत्न सरकार करीत असते. याचाच एक भाग म्हणून सरकारकडून परराष्ट्र धोरण आखले जाते. पारंपारिक पद्धतीने विचार केला तर युरोपीयन राष्ट्रात परराष्ट्रखाते त्या विभागाचा मंत्री सांभाळत असतो व या मागील उद्देश हा गोपनीयता राखणे हा असतो. यात सामान्य लोकांच्या आशा-आकांक्षांचा विचार करण्यात येत नाही. मात्र भारतात सांसदीय लोकशाही असल्याने परराष्ट्र धोरण काही प्रक्रियांतून उदयाला येते. भारतात मंत्रिमंडळाची सामूहिक जबाबदारी असते. त्यात परराष्ट्रमंत्री आपली मते मांडीत

असतो. भारतात मंत्रिमंडळाचा आकार मोठा असल्याने मंत्रिमंडळाची उपसमिती नेमली जाते. तिला सुरक्षा समिती असे म्हणतात. सुरक्षा समिती परराष्ट्र धोरणाचे व राष्ट्रीय सुरक्षेचे बहुतांशी निर्णय घेत असते. याच समितीत परराष्ट्र धोरण ठरते व जे धोरण ठरविले जाते त्याची अंमलबजावणी करण्यात येते.

२.१.१ पंतप्रधान व मंत्रीमंडळाची भूमिका :

कुठल्याही लोकशाही देशाचे परराष्ट्रविषयक धोरण हे विविध घटकांच्या सहयोगातून निर्माण होत असते. भारतात देखील परराष्ट्र धोरणाच्या निर्मितीची प्रक्रिया संसद, परराष्ट्र मंत्रालय, केंद्रीय मंत्रिमंडळ, लोकमत, प्रसारमाध्यमे, विरोधी पक्ष इत्यादींच्या प्रभावातून आकार पावते. यात पंतप्रधानांची भूमिका ही सर्वात जास्त महत्त्वाची आहे. धोरण निर्मितीपासून ते आंतरराष्ट्रीय पातळीवर त्याबाबत अंमलबजावणी करण्यापर्यंत पंतप्रधानांची भूमिका महत्त्वाची ठरत असते. कारण भारतात पंतप्रधान हे लोकनियुक्त किंवा वास्तविक प्रमुख असल्यामुळे शासन व्यवहाराची जबाबदारी त्यांच्यावर असते. संसदेत आपल्या पक्षाच्या बहुमताच्या जोरावर परराष्ट्र धोरणाची निर्मिती करतात. तर त्याच्या कार्यवाहीत आंतरराष्ट्रीय परिस्थितीला अनुसरून योग्य ती भूमिका बजावतात. त्यामुळे भारताच्या परराष्ट्र धोरणात नेहरुंपासून आजपर्यंत पंतप्रधानांची भूमिका अभ्यासणे महत्त्वाचे ठरते. खालील मुद्यांच्या आधारे भारताच्या परराष्ट्र धोरणासंबंधी पंतप्रधानांची असणारी भूमिका समजावून घेण्यास मदत होते :

१) **परराष्ट्र धोरणाची आखणी :**

भारताचे परराष्ट्र धोरण आखण्याचे कार्य सत्ताधारी राजकीय पक्षाकडून होत असते. शासनकर्ता पक्ष म्हणून विविध घटकांचा पाठिंबा मिळवत परराष्ट्र धोरण आखले जाते. पंतप्रधान हा आपल्या पक्षाचा नेता असतो. तसेच तो केंद्रीय मंत्रिमंडळाचा देखील नेता असतो. त्यामुळे संसदेत जेव्हा धोरण निर्मितीची प्रक्रिया चालू असते. तेव्हा पंतप्रधान विविध घटकांत समन्वय घडवून आणण्याचे कार्य करतो. यासाठी पंतप्रधानांना आपली भूमिका स्पष्ट करावी लागते. त्या धोरणाबाबत पाठपुरावा करावा लागतो. एखादे विशिष्ट धोरण आखताना त्यांचे महत्त्व पटवून देऊन त्यासंबंधी इतर पक्षांचा व जनतेचा पाठिंबा मिळविण्यासंबंधी पंतप्रधानांची भूमिका महत्त्वाची असते. शासनाचा प्रमुख या नात्याने परराष्ट्र धोरणविषयक जबाबदारी त्यांच्यावर असते.

२) **आंतरराष्ट्रीय राजकारणात देशाचे नेतृत्व :**

पंतप्रधानांना वास्तविक शासनप्रमुख म्हणून घटनेत स्थान आहे. त्यामुळे आंतरराष्ट्रीय पातळीवर देशाचे नेतृत्व पंतप्रधान करत असतात. यासंबंधी पंतप्रधान पद धारण केलेल्या व्यक्तीचे व्यक्तिमत्त्व कसे आहे हा घटक महत्त्वाचा ठरतो. प्रभावी व्यक्तिमत्त्व असणारा पंतप्रधान आपल्या देशाचे नेतृत्व परराष्ट्रविषयक धोरणात योग्य प्रकारे करू शकतो. पंडित नेहरू, इंदिरा गांधी, अटलबिहारी वाजपेयी यांसारख्या पंतप्रधानांनी परराष्ट्रविषयक धोरण राबवितांना देशास प्रतिष्ठा मिळवून दिली. याउलट कमकुवत नेतृत्व असणारा पंतप्रधान हा आंतरराष्ट्रीय राजकारणाविषयी योग्य निर्णय घेऊ शकत नाही. त्यामुळे परराष्ट्र धोरणात देशाचे नेतृत्व करण्याच्या दृष्टीने पंतप्रधानांची भूमिका महत्त्वाची असते.

३) **राष्ट्रीय हिताची जोपासना :**

देशाचे सार्वभौमत्व व सुरक्षितता या घटकास राष्ट्रीय हिताच्या दृष्टीने महत्त्वाचे स्थान आहे. त्यामुळे भारतास परराष्ट्र धोरणाची कार्यवाही करताना आपल्या देशाच्या राष्ट्रीय हितास पूरक निर्णय घेणे आवश्यक असते. ही जबाबदारी पंतप्रधान पार पाडतात. पंतप्रधान कोणतेही परराष्ट्रीय निर्णय घेताना त्यात आपल्या देशाचे हित किती आहे याचा विचार करतात. कारण केवळ आदर्शवादी भूमिकेतून देशाचे हित साध्य करणे अवघड असते. त्यामुळेच इंदिरा गांधींसारख्या पंतप्रधानपदी असणाऱ्या व्यक्तीने वास्तववादी दृष्टिकोनातून देशाच्या राष्ट्रीय हितास

प्राधान्य दिले. पंतप्रधान कोणते निर्णय घेतात यावरच देशाचे हित अवलंबून असते. त्यामुळे परराष्ट्र धोरणांची आखणी करताना देशाच्या राष्ट्रीय हितास प्राधान्य देण्याच्या दृष्टीने पंतप्रधानांना महत्त्वपूर्ण भूमिका पार पाडावी लागते.

४) **आंतरराष्ट्रीय करार व तह :**

देशाचे परराष्ट्र धोरण आखताना वेगवेगळ्या देशांशी शांतता व सहकार्याच्या दृष्टीने करार व तह करावे लागतात. यात पंतप्रधानांची भूमिका मध्यवर्ती असते असे करार करताना आपल्या देशावर नियंत्रणे येणार नाहीत व फायदा होईल याची काळजी घ्यावी लागते. त्यासाठी पंतप्रधानांना आपली बाजू पटवून देणे आवश्यक असते. पाकिस्तान सोबत युद्ध समाप्तीनंतर केलेला शिमला करार व ताश्कंद करार यात पंतप्रधान पदावर असणाऱ्या व्यक्तींची भूमिका महत्त्वाची होती. लाल बहादूर शास्त्री व इंदिरा गांधी यांनी या काळात पंतप्रधान असताना देशाच्या परराष्ट्र धोरणात महत्त्वाची भूमिका बजावली. शिवाय शीतयुद्धाच्या काळात आपण एकटे पडू नये म्हणून सोव्हियत रशियासोबत केलेला मैत्री करार यातही पंतप्रधानांची भुमिका महत्त्वाची होती. त्यामुळे भारताचे परराष्ट्र धोरण आखताना सीमाविषयक प्रश्नांची सोडवणूक करण्यासाठी व आर्थिक सहकार्यासाठी करार घडवून आणण्यासाठी पंतप्रधानांची भुमिका महत्त्वाची ठरत असते.

५) **आंतरराष्ट्रीय समस्यांबाबत भूमिका :**

भारताच्या परराष्ट्र धोरणावर त्या-त्या काळातील आंतरराष्ट्रीय परिस्थितीचा प्रभाव पडलेला जाणवतो. त्यामुळे या आंतरराष्ट्रीय प्रश्नांबाबत योग्य ती भूमिका स्वीकारून आपल्या देशाचे परराष्ट्र धोरण निर्धारित करण्याचे कार्य पंतप्रधानांना करावे लागते. दोन देशांमध्ये होणारे युद्ध, आंतरराष्ट्रीय करार यासंबंधी भारताची भुमिका कोणत्या प्रकारची आहे याची स्पष्टता देशाचा प्रमुख म्हणून पंतप्रधानांना करावी लागते. अशा वेळेस त्या समस्यांची सोडवणूक होताना आपल्या राष्ट्रीय हितांना बाधा पोहोचणार नाही याची काळजी पंतप्रधानांना घ्यावी लागते. त्यामुळे या दृष्टीने पंतप्रधानांची भुमिका महत्त्वाची आहे.

६) **शिखर राजनयातील भूमिका :**

शिखर राजनयात दोन देशांमधील शासन प्रमुखांत प्रत्यक्ष भेटीद्वारे वाटाघाटीची प्रक्रिया घडून येते. त्यामुळे अशावेळेस समोरच्या देशासोबत ठरावीक मुद्याबाबत कोणत्या प्रकारच्या वाटाघाटी करायच्या, आपली बाजू कशी मांडायची, आपल्या परराष्ट्र धोरणांचा पाठपुरावा कसा करायचा याविषयी पंतप्रधानांना निर्णय घ्यावे लागतात. यात आपणास कमीतकमी हानी पोहोचेल या दृष्टीने जागरूक रहावे लागते. शिखर राजनय हा दोन्ही देशांसाठी प्रतिष्ठेचा असल्यामुळे त्यात आपल्या देशाची प्रतिष्ठा कशी वाढेल यासाठी पंतप्रधानांची भुमिका महत्त्वाची ठरते. अनेक वेळेस समोरच्या देशातील राष्ट्रप्रमुखाच्या निर्णयास विरोध करताना पंतप्रधानांना आंतरराष्ट्रीय लोकमत आपल्या बाजूने वळवावे लागते.

७) **आंतरराष्ट्रीय सहकार्याची निर्मिती :**

परराष्ट्रविषयक धोरण आखताना जगातील विविध देशांकडून सहकार्य मिळवावे लागते. यासाठी त्या-त्या देशातील दौरे करून, तेथील महत्त्वाच्या नेत्यांची भेट घेऊन सहकार्य मिळविण्याचे कार्य पंतप्रधानांना करावे लागते. भारतात बऱ्याच वेळेस पंतप्रधानांनी वेगवेगळ्या देशांमध्ये आंतरराष्ट्रीय सहकार्यात वाढ घडवून आणण्याच्या दृष्टीने दौरे केले आहे. या भेटींना आंतरराष्ट्रीय राजकारणात महत्त्वाचे स्थान असते. कारण दोन देशातील संबंध यातून अधिक मजबूत होत जातात. भारताचे पंतप्रधान जसे इतर देशांना भेटी देतात, तसेच इतर देशांतील प्रमुख नेते व राष्ट्रप्रमुख यांचे देखील भारतास भेटी देण्यासाठी दौरे होतात. अशावेळेस महत्त्वपूर्ण प्रश्नांवर चर्चा करून

त्याबाबत सहकार्य मिळविण्याचे कार्य पंतप्रधानांना करावे लागते. यामुळे परराष्ट्र धोरणात आंतरराष्ट्रीय सहकार्य वृद्धिंगत करण्याच्या दृष्टीने पंतप्रधानांची भूमिका महत्त्वाची ठरते.

८) परकीय व्यापारास प्रोत्साहन :

आयात-निर्यात व्यापारास परराष्ट्र धोरणात महत्त्वाचे स्थान असते. त्यामुळे या परकीय व्यापारवाढीसाठी पंतप्रधानांना महत्त्वपूर्ण भुमिका बजवावी लागते. आंतरराष्ट्रीय बाजारपेठेत आपल्या व्यापारविषयक धोरणांची स्पष्टता करावी लागते. शिवाय आपल्या देशात परकीय कंपन्यांच्या स्थापनेसाठी अनुकूल वातावरण निर्माण करावे लागते. त्यासाठीचे कायदे तयार करताना सत्ताधारी पक्षाचे नेते म्हणून पंतप्रधानांची भुमिका महत्त्वाची असते. विश्व व्यापार संघटना, आंतरराष्ट्रीय राजकीय अर्थव्यवस्था यासंबंधी निर्णय घेण्याचे कार्य पंतप्रधानांना करावे लागते. व्यापारविषयक अटींना मान्यता द्यावी लागते. जागतिक बँक, आंतरराष्ट्रीय नाणेनिधी यांकडून कर्ज उभारणीसाठी आपल्या देशाची भुमिका स्पष्ट करण्याचे काम पंतप्रधान करतात.

९) सार्कबाबतची भूमिका :

भारताच्या परराष्ट्र धोरणात सार्क संघटनेला महत्त्वाचे स्थान आहे. या संघटनेच्या स्थापनेपासून आजपर्यंत त्यात भारत हे प्रभावी राष्ट्र राहिलेला आहे. त्यामुळे या सार्क संघटनेची जी अधिवेशने होतात त्यात भारताचे प्रतिनिधित्व पंतप्रधानांना करावे लागते. आजवर झालेल्या सार्कच्या सर्व अधिवेशनात एका बलाढ्य देशाचा प्रतिनिधी म्हणून भारताच्या पंतप्रधानांनी महत्त्वपूर्ण निर्णय घेतलेले आहे. यातून दक्षिण आशियातील राष्ट्रांमध्ये सहकार्य वाढीस लागण्यास मदत झाली. त्यामुळे सार्क किंवा दक्षिण आशियायी देशांबाबतचे परराष्ट्र धोरण राबवितांना पंतप्रधानांची भुमिका महत्त्वाची ठरते. पंतप्रधान असताना इंद्रकुमार मुलराल यांनी दक्षिण आशियातील राष्ट्रांबाबत 'नॉन रिसीप्रोसीटी' चे धोरण राबविले होते. यातून त्यांची महत्त्वपूर्ण भुमिका स्पष्ट होते.

१०) अलिप्ततावादी चळवळीतील भूमिका :

अलिप्ततावादाचा स्वीकार हे भारताच्या परराष्ट्र धोरणाचे मध्यवर्ती स्वरूपाचे तत्त्व आहे. या धोरणाचा स्वीकार करण्यासाठी भारताचे तत्कालीन पंतप्रधान पंडित नेहरूंची भुमिका महत्त्वाची दिली आहे. त्यानंतरच्या काळातही भारतीय पंतप्रधानांनी शीतयुद्धाच्या समाप्तीपर्यंत अलिप्तवादी चळवळीचा पुरस्कार करत महासत्ता व त्यांच्या लष्करी शस्त्रास्त्र स्पर्धा यांपासून अलग राहण्याचे धोरण स्वीकारले. यातून भारताला आपला स्वतंत्रपणे विकास करणे शक्य झाले. त्यामुळे अलिप्ततावादी चळवळीबाबत भारताचे परराष्ट्र धोरण निर्धारित करण्यासंबंधी भारतात पंतप्रधानांची भुमिका केंद्रीय स्वरूपाची राहिली आहे.

११) परिस्थितीनुरूप निर्णय :

जागतिक राजकीय परिस्थितीचे अवलोकन करून समयोचित असा निर्णय घेण्याची जबाबदारी राजकीय नेतृत्वावर असते. त्यामुळे नेत्यांची कार्यक्षमता, त्यांची मानसिकता, त्यांची विचारप्रणाली, जागतिक राजकारणाविषयीचे आकलन, जागतिक राजकारणाकडे पाहण्याचा दृष्टिकोन या सर्व बाबींचा प्रभाव अपरिहार्यपणे देशाच्या परराष्ट्र धोरणावर पडत असतो. दुसऱ्या महायुद्धाच्या काळात हिटलरच्या आक्रमकतेने जर्मनीच्या व विन्स्टन चर्चिल यांच्या संयमशील पण कणखरतेने इंग्लंडच्या परराष्ट्र धोरणाला दिशा दिली. आंतरराष्ट्रीय कायदा, न्याय, वसाहतवाद या विषयी नेहरूंचे जे मत होते त्याचे प्रतिबिंब भारताच्या परराष्ट्र धोरणावर पडल्याचे स्पष्टपणे आढळते. स्वातंत्र्योत्तर काळात भारताने जे परराष्ट्र धोरण तयार केले त्यावर पंडित नेहरूंच्या व्यक्तिमत्त्वाचा प्रभाव निश्चितपणे आढळतो. उदा. परराष्ट्र धोरणात पंचशील तत्त्वे, अलिप्ततावादाचा पुरस्कार इत्यादी अमेरिकेचे राष्ट्राध्यक्ष 'ट्रुमन' आणि

परराष्ट्र मंत्री 'डलास' यांनी दुसऱ्या महायुद्धानंतर अमेरिकेच्या परराष्ट्र धोरणाची निश्चित चौकट ठरविली. त्यानंतर राष्ट्राध्यक्ष निक्सन आणि सुरक्षा सल्लागार हेन्री किसिंजर यांनी १९७० च्या दशकात अमेरिकेच्या चीनविषयक धोरणाला नवी दिशा दिली.

१२) सौदार्हपूर्ण संबंधाची प्रस्थापना :

शेजारी राष्ट्रांशी व अन्य राष्ट्रांशी सौदार्हाचे संबंध प्रस्थापित करण्यात राजकीय नेतृत्वाची महत्त्वपूर्ण भूमिका असते. अणुचाचण्यांनंतर रसातळाला पोहोचलेले भारत-अमेरिका संबंध सुधारून दोन देशांच्या दरम्यान अभूतपूर्व असे मैत्रीचे युग सुरू करण्यात तत्कालीन भारतीय परराष्ट्र मंत्री जसवंतसिंह व अमेरिकेचे उपपरराष्ट्र मंत्री 'टॅलबॉट' यांनी अत्यंत महत्त्वाची भूमिका बजावली. इंद्रकुमार गुजराल आणि अटलबिहारी वाजपेयी यांच्या पंतप्रधान पदाच्या कारकिर्दीत अनेक अडचणींवर मात करून पाकिस्तानशी संबंध सुधारण्याचे प्रयत्न केले गेले. लोकशाही देशात धोरणविषयक निर्णय घेण्याचा अंतिम अधिकार राजकीय नेतृत्वाकडे असल्याने परराष्ट्र धोरणातील कोंडी फोडण्याचे कार्य या नेत्यांनी केलेले आहे.

सारांशरूपाने असे म्हणता येईल की, कोणत्याही राष्ट्राच्या परराष्ट्र धोरणातील अंतर्गत घटक म्हणून राजकीय, नोकरशाही, राजकीय व्यवस्था, लोकमत, अर्थव्यवस्था यांना अत्यंत महत्त्वाचे स्थान आहे.

१.१.२ नोकरशाहीची भूमिका :

शासकीय धोरणांच्या निर्मितीत आणि अंमलबजावणीत नोकरशहांची भूमिका महत्त्वाची मानली जाते. धोरणविषयक अंतिम निर्णय घेण्याचा अधिकार राष्ट्रीय नेतृत्वाकडे असला तरी नेत्यांना निर्णयाप्रत नेण्यासाठी आवश्यक असणारी सर्व प्रकारची मदत नोकरशहा करीत असतात. प्रत्येक देशात नोकरशाहीत 'परराष्ट्र सेवा' हा स्वतंत्र विभाग असतो. स्पर्धा परीक्षांमधून निवडले गेलेले अधिकारी परराष्ट्र सेवेत कार्य करीत असतात. माहितीचे संकलन करणे व तिचे विश्लेषण करणे ही या अधिकाऱ्यांची जबाबदारी असते. परराष्ट्र विभागातील अधिकारी देशात राहून तसेच परदेशातील दूतावासात राहून परराष्ट्र धोरणास आवश्यक अशा माहितीचे (Database) संकलन करीत असतात. याशिवाय उच्चपदावरील अधिकारी व नेत्यांना सल्ला देण्याची जबाबदारी पार पाडीत असतात. नोकरशाही ही बहुतेक देशात अनामिक राहूनच कार्य करीत असते. एखाद्या धोरणात्मक निर्णयात नोकरशहाचे योगदान किती प्रमाणात असते हे सांगणे जरी कठीण असले तरी त्याचे योगदान अत्यंत महत्त्वाचे असते.

१) परराष्ट्र खाते :

परराष्ट्र धोरण आखणे हे अतिशय कठीण असे कार्य आहे. अंतर्गत धोरणात प्रसंगानुरूप बदल करता येतात, मात्र परराष्ट्र धोरणात शेजारील देशांच्या सामाजिक हालचाली विचारात घेतल्या जातात. मात्र अशा हालचालींची आपल्याला कोणतीही माहिती नसते. केवळ त्या देशाच्या हालचालीबाबत गुप्तचरांनी दिलेल्या माहितीच्या आधारे अंदाज व्यक्त केला जातो. आपल्या शेजारी जी राष्ट्रे आहेत त्यांच्याविषयी निश्चित स्वरूपाची माहिती मिळविण्याचे कार्य परराष्ट्र मंत्रालयाला करावे लागते. परराष्ट्रमंत्र्याची निवड संपूर्णपणे राजकीय स्वरूपाची असल्याने त्याला परराष्ट्र खात्याची संपूर्ण माहिती असणे आवश्यक असतेच असे नाही. परराष्ट्र मंत्र्यांना मदत करण्यासाठी या विभागात तज्ज्ञ अधिकारी व कर्मचारी कार्यरत असतात. या खात्यात काम करणारे (Indian Foreign Services) अधिकारी IFS मधून आलेले असतात.

भारतातील परराष्ट्र खात्याची रचना पुढील तक्त्याच्या साहाय्याने स्पष्ट करता येईल.

परराष्ट्र खाते

प्रमुख परराष्ट्रमंत्री

परराष्ट्र सचिव

दोन परराष्ट्र सचिव

परराष्ट्र सचिव (दक्षिण) परराष्ट्र सचिव (पूर्व)

तीन अतिरिक्त परराष्ट्र सचिव

अतिरिक्त परराष्ट्र सचिव अतिरिक्त परराष्ट्र सचिव अतिरिक्त परराष्ट्र सचिव

२४ विभागात वेगवेगळी विभागणी व सहसचिव प्रमुख

सहसचिव

१२ प्रादेशिक विभागात देशांची विभागणी

लॅटिन अमेरिका, कॅनडा आणि अमेरिका, आखाती प्रदेश, पूर्व आशिया इत्यादी.

११ कार्यकारी विभाग - शिष्टाचार, बाह्य प्रसिद्धी, धोरणाचे नियोजन इत्यादी.

वरील प्रमाणे परराष्ट्र खात्याची रचना असून याप्रमाणे परराष्ट्र खात्यातील विविध अधिकारी कार्य करीत असतात.

२) प्रशासकीय विभाग :

भारताच्या परराष्ट्र खात्यात सुरूवातीच्या काळात कोणतेही उपविभाग नव्हते. मात्र १९६२ च्या चिनी आक्रमणानंतर बदल करण्यात आला. १९६३ मध्ये पूर्व आशिया संशोधन आणि समन्वय विभागाची स्थापना करण्यात आली. १९६५ साली Current Research Division ची स्थापना करण्यात आली. व १९६६ साली Current Research Division चे नाव बदलण्यात आले. IFS सेवेतील विविध अधिकारी अत्यंत जबाबदारीने व कौशल्यपूर्ण रीतीने आपले काम करीत असून परराष्ट्र मंत्रालयाला अनेक प्रकारची महत्त्वपूर्ण माहिती देत असून RAW आणि IB या दोन संघटना परराष्ट्र धोरणात महत्त्वाची भूमिका निभावित आहेत.

३) राष्ट्रीय सुरक्षा मंडळ :

भारतीय परराष्ट्र धोरण व राष्ट्रीय सुरक्षा धोरण तात्पुरत्या स्वरूपाचे असल्याने योग्य समन्वयाच्या अभावी भारताच्या परराष्ट्र धोरणात अनेक प्रश्न निर्माण झाल्याचा भूतकाळातील अनुभव लक्षात घेता सुरक्षा तसेच परराष्ट्र धोरणात उद्‌भवणाऱ्या समस्या दूर करण्यासाठी भारत सरकारने अमेरिकन धर्तीवर राष्ट्रीय सुरक्षा मंडळ स्थापन करावे अशी मागणी अनेकांनी केलेली होती. ही मागणी ग्राह्य धरून १९९८ साली राष्ट्रीय सुरक्षा मंडळाची स्थापना केली गेली. परराष्ट्र धोरण ठरविताना राष्ट्रीय सुरक्षा मंडळातील सभासद देखील महत्त्वाची भूमिका बजावित असतात. मात्र राष्ट्रीय सुरक्षा मंडळाच्या काही मर्यादा आहेत. त्यामुळे परराष्ट्र धोरणात जी अचूकता असावयास हवी ती आढळून येत नाही. राष्ट्रीय सुरक्षा मंडळाच्या मर्यादा पुढीलप्रमाणे सांगता येतील :

अ) राष्ट्रीय सुरक्षा मंडळ ही कायमस्वरूपी निर्णय घेणारी संस्था नाही.

ब) राष्ट्रीय सुरक्षेविषयक बहुतांशी निर्णय मंत्रिमंडळाचीच सुरक्षा समिती घेते.

क) राष्ट्रीय सुरक्षा मंडळात जे सल्लागार आहेत त्यात सेनेतील तसेच प्रशासकीय सेवेतील निवृत्त अधिकाऱ्यांचा जास्तीतजास्त भरणा आहे.

ड) गुप्तचर खात्याच्या प्रमुखांमध्ये फारसा समन्वय आढळत नाही. अशा विविध मर्यादा असणारे राष्ट्रीय सुरक्षा मंडळ परराष्ट्र धोरणावर परिणामकारक प्रभाव पाडण्यात असमर्थ आहे.

४) पंतप्रधानांचे कार्यालय :

भारतीय संसदीय लोकशाहीत पंतप्रधानांचे स्थान अतिशय महत्त्वाचे आहे. परराष्ट्र धोरणाची आखणी करत असताना पंतप्रधानांची भूमिका अतिशय महत्त्वाची असल्याचे मानले जाते. परराष्ट्र धोरण हे संपूर्णत: पंतप्रधानांकडून आखले जात नाही. केंद्रीय मंत्रिमंडळाची राजकीय समिती व सुरक्षा समिती यांनाही तितकेच महत्त्वाचे स्थान आहे. इ. स. १९६४ साली लालबहादूर शास्त्री यांनी पंतप्रधान सचिवालयाची स्थापना केली व काही काळाने या सचिवालयाचे रूपांतर पंतप्रधान कार्यालयात झाले. लालबहादूर शास्त्री यांना परराष्ट्र या विषयाची फारशी माहिती नसल्याने त्यांनी पूर्ण वेळ परराष्ट्र व्यवहार मंत्र्याची नियुक्ती केली. शास्त्री यांच्यापूर्वी नेहरूंनी परराष्ट्र खात्याची जबाबदारी आपल्याकडेच ठेवलेली होती. मात्र इंदिरा गांधींच्या काळात पंतप्रधान कार्यालयाला अतिशय महत्त्व प्राप्त झाले. त्यांनी १९६७ ते १९७० या काळात परराष्ट्र खाते स्वत:कडेच ठेवलेले होते. १९७१ च्या काळात पी. एल. हक्सर व डी. पी. धर यांच्यासारख्या विश्वासू सहकाऱ्यांमुळे पंतप्रधान कार्यालयास अनन्यसाधारण महत्त्व प्राप्त झाले. राष्ट्रीय लोकशाही आघाडीच्या कालखंडात पंतप्रधानांचे सचिवालय व अधिकार जास्त प्रभावशाली बनले. ब्रिजेश मिश्रा यांच्याद्वारेच परराष्ट्र धोरणाबाबत निर्णय घेतले जात असत. यावरून असे म्हणता येईल की, स्वातंत्र्यप्राप्तीनंतर प्रथमच परराष्ट्र धोरणाबाबत ब्रिजेश मिश्रासारख्या व्यक्तीस सत्ताकेंद्र बनविले गेले. २००३ च्या मे महिन्यात वॉशिंग्टन डी. सी. येथे भाषण करताना मिश्रा यांनी भारत, इस्त्रायल आणि अमेरिका यांनी दहशतवादाचा मुकाबला करण्यासाठी एकत्र यावे व सामरिक त्रिकोणाच्या (Strategic Tringle) माध्यमातून एकमेकांना सहकार्य करावे अशी मागणी केली.

२.२ संसदेची भूमिका :

देशांतर्गत असलेल्या राजकीय व्यवस्थेचा परराष्ट्र धोरणाच्या आखणीत निश्चित सहभाग असतो. मध्यवर्ती सरकार हे धोरणात्मक निर्णय सरकार घेत असले तरी विधिमंडळातील चर्चा, प्रश्नोत्तरे यांच्या माध्यमातून धोरणविषयक दिग्दर्शन होत असते. भारतात संसदेच्या प्रत्येक अधिवेशनात परराष्ट्रविषयक प्रश्न चर्चिले जातात. संसद सदस्यांचे मत, शासनाच्या धोरणावर होणारी टीकाटिप्पणी, सरकारी धोरणांना अनुमोदन अथवा विरोध व्यक्त होत असतो.

इंग्लंडच्या पार्लमेंटचे सभासद अधिक सहजगतेने परराष्ट्र धोरणावर अंकुश ठेवण्याचे कार्य करीत असतात. संसदीय लोकशाहीच्या पद्धतीनुसार सत्तारूढ पक्षाचा वरचष्मा असला तरी प्रत्येक वेळेला आपल्याला जे हवे आहे ते धोरण राबविण्यात प्रस्थापित शासनाला यश मिळतेच असे नाही.

१) महत्वाच्या निर्णयांना संमती :

परराष्ट्र धोरणाच्या निश्चितीत संसदेची भूमिका अतिशय महत्त्वाची असते. संसद ही सर्वसामान्य भारतीय जनतेचे प्रतिनिधित्व करणारी संस्था असून भारतीय राज्यघटनेच्या केंद्रसूचीत परराष्ट्र धोरणाचा उल्लेख केलेला आहे. नागरिकत्व, युद्ध आणि शांतता, राजनैतिक मुत्सद्दी याबाबत निर्णय घेण्याचा संपूर्ण अधिकार संसदेला देण्यात आलेला आहे. उदा. भारत-रशिया मैत्री करार, दुसऱ्या आखाती युद्धाच्यावेळी अमेरिकेच्या धोरणाला केलेला विरोध, पहिल्या आखाती युद्धाच्या कालखंडात चंद्रशेखर यांच्या सरकारने भारतात अमेरिकन विमानांना इंधन भरण्याची सवलत दिली. मात्र सामान्य लोकांनी या धोरणाला विरोध केल्यानंतर चंद्रशेखर यांना आपला निर्णय मागे घ्यायला लागला होता. परराष्ट्र धोरण राबविण्यासाठी ज्या पैशाची आवश्यकता असते ते संसदेकडून मिळत असतात. संसद ही सर्वोच्च आहे व या संस्थेद्वारेच पैशाचे व्यवस्थापन होते. परराष्ट्र मंत्री संसदेच्या अधिवेशनाच्यावेळी त्याला विचारल्या जाणाऱ्या सर्व प्रश्नांना उत्तरे देतो. मात्र संसदेत ज्याप्रमाणे इतर विषयांवर चर्चा होते तशी परराष्ट्र धोरणावर होत असल्याचे चित्र दिसत नाही. याचे प्रमुख कारण म्हणजे भारतातील ५४५ खासदारांपैकी जवळ-जवळ २५० खासदार हे ग्रामीण भागातून आलेले असल्याने त्यांना आपले स्थानिक प्रश्न जास्त महत्त्वाचे वाटतात.

२) संसदीय समित्या :

परराष्ट्र धोरणाबाबत संसदेच्या घटनात्मक अधिकार असलेल्या काही समित्या असून यात अंदाज समिती, लोकलेखा समिती यांचा समावेश होतो. या समित्या फक्त परराष्ट्र धोरणाविषयी चर्चा करतात. त्याचा उहापोह करीत असतात. संसदिय समित्यांची निर्मिती झाल्यानंतर परराष्ट्र धोरण आणि संरक्षण याबाबतीत परराष्ट्र धोरणाबाबत संसदेच्या कार्यात बराचसा बदल झालेला आहे. या समित्यांना Select Committees असे म्हणतात. या समित्या केवळ परराष्ट्र धोरण आखताना परराष्ट्र खात्याला सल्ला देण्याचे कार्य करीत नसून परराष्ट्र खात्याच्या व संरक्षण खात्याच्या अंदाजपत्रकावर देखील चर्चा करीत असतात. लोकसभेत अंदाजपत्रक मांडून झाल्यावर एक महिन्याच्या कालावधीनंतर अंदाजपत्रकावर चर्चा करण्यात येते. तसेच या समित्या परराष्ट्र आणि संरक्षण या विषयावर जो अहवाल संसदेत सादर करतात त्यावर देखील संसदेत चर्चा करण्यात येते. या समित्यांच्या अहवालाचा विचार परराष्ट्र धोरण आखताना केला जातो.

३) धोरण निर्मितीवर नियंत्रण :

धोरण निर्मितीवर नियंत्रण प्रस्थापित करण्याच्या दृष्टीने संसदेची भूमिका महत्त्वाची मानली जाते. कारण कायदेमंडळाकडे मंत्रिमंडळावर नियंत्रण ठेवण्याचे अनेक मार्ग उपलब्ध आहेत. कपात-प्रस्ताव, निंदाव्यंजक प्रभाव, स्थगन प्रस्ताव, प्रश्नोत्तराचा तास, अल्पकालीन चर्चा, शून्य प्रहर, यासारख्या संसदीय आयुधांचा वापर करून कायदेमंडळ कार्यकारी मंडळावर सतत नियंत्रण ठेवत असते. या नियंत्रणामुळेच कार्यकारी मंडळ आपल्या अधिकारांचा गैरवापर करू शकत नाही. मंत्रिमंडळास तर सामूहिक जबाबदारीच्या तत्वामुळे सतत संसदेची ा प्रती उत्तरदायी रहावे लागते.

४) संसदेत चर्चा आणि वादविवाद :

संसदेच्या लोकसभा आणि राज्यसभा या दोन्ही सभागृहांमध्ये परराष्ट्र धोरणाच्या बाबींवर चर्चा केली जाते. चर्चा, वादविवाद आणि प्रश्नोत्तरे संसद सदस्यांना समस्या मांडण्यासाठी, स्पष्टीकरण मागण्यासाठी आणि परराष्ट्र धोरणाच्या बाबींवर मत व्यक्त करण्याची संधी देतात.

५) करार आणि करारांचे अनुमोदन :

काही आंतरराष्ट्रीय करार, संधी आणि अधिवेशनांना मंजुरीसाठी संसदीय मान्यता आवश्यक असते. सरकार हे करार औपचारिक मंजूरीपूर्वी चर्चेसाठी आणि मंजुरीसाठी संसदेत सादर करते.

६) परराष्ट्र व्यवहारांसाठी अर्थसंकल्पीय वाटप :

परराष्ट्र मंत्रालय आणि परराष्ट्र व्यवहारांशी संबंधित इतर संबंधित विभागांसाठी वार्षिक अर्थसंकल्प वाटप संसदेत सादर केले जाते. विविध राजनैतिक मोहिमेसाठी, आंतरराष्ट्रीय सहभागासाठी आणि परकीय मदतीसाठी राखून ठेवलेल्या अर्थसंकल्पीय वाटपावर खासदार चर्चा आणि विचारविनिमय करतात.

७) प्रश्नोत्तराचा तास आणि शून्य तास :

दोन्ही सभागृहात प्रश्नोत्तराचा तास आणि शून्य तासाच्या सत्रादरम्यान, खासदार विविध परराष्ट्र धोरणाच्या मुद्यांवर सरकारकडून उत्तरे मागतात, स्पष्टीकरण मागतात आणि भारताच्या इतर राष्ट्रांसोबतच्या गुंतवणुकीशी संबंधित मत व्यक्त करू शकतात.

८) खाजगी सदस्यांची बिले आणि प्रस्ताव :

संसदेचे सदस्य परराष्ट्र व्यवहारांशी संबंधित खाजगी सदस्य विधेयके किंवा प्रस्ताव सादर करू शकतात. जरी हे सहसा धोरण तयार करण्यावर थेट परिणाम करत नसले तरी, ते विशिष्ट परराष्ट्र धोरणाच्या बाबींवर चर्चा करण्यासाठी आणि मत व्यक्त करण्यासाठी एक व्यासपीठ प्रदान करते.

९) परराष्ट्र मंत्र्यांची भूमिका आणि राजनैतिक संक्षिप्तकरण :

परराष्ट्र व्यवहार मंत्री नियमितपणे संसदेला संबोधित करतात, भारताच्या परराष्ट्र व्यवहारांबद्दल अद्यतने, माहिती आणि धोरण निर्देश देतात. याव्यतिरिक्त परराष्ट्र मंत्रालयातील राजनयिक आणि प्रतिनिधी विविध आंतरराष्ट्रीय घडामोडींवर संसदीय समित्या आणि खासदारांना माहिती देतात.

१०) पर्यवेक्षण आणि जबाबदारी :

संसद निरीक्षण करते आणि परराष्ट्र धोरणाच्या निर्णयांसाठी सरकारला जबाबदार धरते. चर्चा, वादविवाद, प्रश्न आणि समितीच्या पुनरावलोकनांद्वारे संसद आंतरराष्ट्रीय समुदायासह भारताच्या सहभागामध्ये पारदर्शकता आणि जबाबदारीची खात्री देते.

२.३ राजकीय पक्षांची भूमिका :

भारताच्या परराष्ट्र धोरणावर प्रभाव पाडणाऱ्या अंतर्गत घटकांमध्ये राजकीय पक्षांचा समावेश होतो. भारतात राजकीय पक्ष हे धोरण निर्मितीत महत्त्वाची भूमिका बजावतात. त्यामुळेच वेगवेगळ्या कालखंडात वेगवेगळ्या राजकीय पक्षांचे सरकार अस्तित्वात आल्यानंतर भारताच्या परराष्ट्र धोरणास नवीन वळण मिळालेले दिसून येते. भारताच्या परराष्ट्र धोरणावरील राजकीय पक्षांचा प्रभाव पुढील मुद्यांच्या आधारे सांगता येईल :

१) धोरण निर्मितीच्या प्रक्रियेवरील प्रभाव :

भारतात परराष्ट्र धोरणाच्या निर्मितीच्या प्रक्रियेस राजकीय पक्ष प्रभावित करताना दिसतात. कारण सत्ताधारी राजकीय पक्षास धोरण निर्मितीची जबाबदारी पार पाडावी लागते. त्यामुळे आपल्या विचारप्रणालीचा प्रभाव

नकळतपणे त्यांच्या परराष्ट्र धोरणावर पडतो. त्यामुळे भारताचे परराष्ट्र धोरण हे काँग्रेस वर्चस्वाच्या काळात प्रामुख्याने आकारास आलेले दिसते. विरोधी पक्षदेखील महत्त्वाच्या प्रश्नांना अधोरेखित करून धोरण निर्मितीच्या प्रक्रियेस प्रभावित करतात. परराष्ट्र खाते, परराष्ट्र सचिव यांच्या कार्यावर सत्ताधारी पक्षाचे नियंत्रण असल्यामुळे ते धोरण निर्मितीत महत्त्वाची भूमिका बजावतात.

२) **धोरणास अधिमान्यता मिळविणे :**

राजकीय पक्ष परराष्ट्र धोरणास अधिमान्यता मिळविण्याचे कार्य करतात. कारण भारतात लोकशाही पद्धतीचा स्वीकार केलेला असल्यामुळे सत्ताधारी पक्षावर धोरणाचे यशापयश अवलंबून असते. अशा परिस्थितीत एखाद्या विशिष्ट धोरणाच्या संदर्भात लोकमत निर्माण करून त्यास अधिमान्यता मिळविण्याचे कार्य राजकीय पक्षांद्वारे पार पाडले जाते. आंतरराष्ट्रीय पातळीवर देखील परराष्ट्र धोरणास अधिक प्रभावीपणे मांडण्याचे कार्य राजकीय पक्ष पार पाडतात.

३) **राष्ट्रीय हित निर्धारित करण्यासंबंधी :**

परराष्ट्र धोरणात राष्ट्रीय हितास प्राधान्य दिले जाते. त्यामुळे राजकीय पक्ष राष्ट्रीय हिताची निश्चिती करण्यासंबंधी आपली भूमिका बजावतात व परराष्ट्र धोरणास प्रभावित करतात. भारताने पराकीय देशांशी व्यापार करताना कोणत्या अटींचा स्वीकार करावा, भारताने आण्विक करार करावा की करू नये ? यांसारख्या महत्त्वपूर्ण प्रश्नांच्या बाबत राजकीय पक्ष परराष्ट्र धोरणास प्रभावित करतात. राजकीय पक्षांच्या भूमिकेमुळेच परराष्ट्र धोरणात राष्ट्रीय हिताची जपवणूक करताना प्राधान्य क्रम ठरविले जातात.

४) **बहुपक्ष पद्धतीचा प्रभाव :**

भारतात बहुपक्ष पद्धती अस्तित्वात आहे. त्यामुळे आजच्या काळात संमिश्र व आघाड्यांचे सरकार निर्माण होताना दिसते. अशा परिस्थितीत कुठलाही एकमेव पक्ष परराष्ट्र धोरण विषयक निर्णय घेवू शकत नाही. तर धोरणाच्या प्रक्रियेवर अनेक राजकीय पक्षांचा प्रभाव पडताना दिसून येतो. बहुपक्ष पद्धतीमुळे सरकारला त्वरित व आमूलाग्र स्वरूपाचे निर्णय परराष्ट्र धोरणाची निश्चिती करताना घेता येत नाहीत. बहुपक्ष पद्धतीत एका ठरावीक विचारप्रणालीचा प्रभाव निर्माण होवू शकत नाही तर विविध विचारांचे प्रतिनिधित्व करणाऱ्या पक्षांच्या मतांची कदर केली जाते.

५) **परराष्ट्र धोरणाची दृष्टी तयार करणे :**

राजकीय पक्ष विशेषत: सत्तेत असलेले किंवा सत्तेत राहण्याची आकांक्षा बाळगणारे, त्यांची परराष्ट्र धोरणाची दृष्टी आणि धोरणे विकसित करतात. ते विविध आंतरराष्ट्रीय समस्या आणि संबंधांबद्दल त्यांच्या दृष्टिकोनाची रूपरेषा देतात.

६) **निवडणूक जाहीरनामे :**

निवडणूक प्रचारादरम्यान राजकीय पक्ष अनेकदा त्यांच्या जाहीरनाम्यांमध्ये परराष्ट्र धोरणाची उद्दिष्टे समाविष्ट करतात. हे जाहीरनामे मतदारांना पक्षाच्या परराष्ट्र धोरणाच्या प्राधान्यक्रमांची माहिती देतात. सत्ताधारी सरकारच्या परराष्ट्र धोरणाच्या निर्णयांवर विरोधी पक्ष सक्रियपणे टीका करतात. ते कोणत्याही उणीवा, विरोधाभास किंवा चुकांवर प्रकाश टाकतात आणि पर्यायी दृष्टिकोन देतात.

७) **संसदेत वादविवाद आणि चर्चा :**

भारतीय संसदेत, लोकसभा आणि राज्यसभा या दोन्ही सभागृहांमध्ये राजकीय पक्ष परराष्ट्र धोरणाच्या मुद्द्यांवर वादविवाद आणि चर्चा करतात. या चर्चा खासदारांना त्यांचे विचार मांडण्यासाठी, सरकारी धोरणांवर प्रश्नचिन्ह निर्माण करण्यासाठी आणि पर्याय सुचवण्यासाठी व्यासपीठ उपलब्ध करून देतात.

८) सरकारच्या मंत्र्यांना प्रश्न :

विविध राजकीय पक्षांचे खासदार सरकारच्या मंत्र्यांना, विशेषतः परराष्ट्र मंत्री यांना त्यांच्या कृती आणि धोरणांसाठी जबाबदार धरण्यासाठी प्रश्न वेळ वापरतात. ही प्रक्रिया पारदर्शकतेला चालना देते आणि हे सुनिश्चित करते की सरकारी अधिकारी निवडून आलेल्या प्रतिनिधींच्या समस्यांचे निराकरण करतात.

९) संसदीय समित्यांकडून पर्यवेक्षण :

परराष्ट्र व्यवहारावरील स्थायी समितीसारख्या संसदीय समित्या परराष्ट्र धोरणाच्या मुद्यांची छाननी करण्यात महत्त्वाची भूमिका बजावतात. या समित्या वेगवेगळ्या राजकीय पक्षांच्या सदस्यांच्या बनलेल्या असतात आणि त्यामध्ये सरकारी कृती व धोरणांचा तपशीलवार अभ्यास केला जातो. काही राजकीय पक्षांचे विदेशी राजकीय संस्था किंवा सरकारांशी वैचारिक किंवा ऐतिहासिक संबंध आहेत. ते द्विपक्षीय संबंध आणि राजनयिक पुढाकार वाढविण्यात अनौपचारिक माध्यमांद्वारे सक्रियपणे गुंततात .

१०) सार्वजनिक मुत्सद्दीपणा आणि पोहोच :

राजकीय पक्ष त्यांच्या नेतृत्व आणि सदस्यांद्वारे परदेशी राजदूत, संस्था आणि प्रवासी समुदायांशी संवाद साधून सार्वजनिक मुत्सद्देगिरीमध्ये व्यस्त असतात. या सहभागामुळे त्यांची आंतरराष्ट्रीय मुद्यांची समज वाढते आणि परदेशात भारतीय हितसंबंधांना प्रोत्साहन मिळण्यास मदत होते. आण्विक आणि सुरक्षा धोरणांवर राजकीय पक्षांची वेगवेगळी भूमिका आहे. काहींनी भारताच्या अण्वस्त्र चाचण्यांना आणि देशाच्या सुरक्षा यंत्रणेच्या बळकटीकरणाचे समर्थन केले आहे, तर काहींनी शस्त्रांस्त्रांच्या शर्यती आणि संघर्षांबद्दल चिंता व्यक्त केली आहे.

११) व्यापार आणि आर्थिक धोरणे :

राजकीय पक्ष व्यापार आणि आर्थिक धोरणांवर प्रभाव टाकतात, जे परराष्ट्र धोरणाचे अविभाज्य घटक आहेत. व्यापार करार, इतर देशांशी आर्थिक संबंध आणि आंतरराष्ट्रीय मंचांवरील वाटाघाटींमध्ये त्यांचे मत असते. काही राजकीय पक्षांना आंतरराष्ट्रीय युती किंवा सरेखनासाठी विशिष्ट प्राधान्ये असतात. ही प्राधान्ये भारताच्या परराष्ट्र धोरण अभिमुखतेवर आणि निर्णयांना विशेषतः अमेरिका, रशिया किंवा चीनसारख्या प्रमुख शक्तींच्या संबंधात प्रभावित करू शकतात.

१२) मानवी हक्क आणि मूल्ये :

मानवी हक्क, लोकशाही मूल्ये आणि आंतरराष्ट्रीय न्याय यावर जोरदार भर देणारे राजकीय पक्ष भारताच्या परराष्ट्र धोरणाच्या निर्णयांमध्ये या तत्त्वांचे सक्रियपणे समर्थन करतात. ते अनेकदा परदेशात मानवाधिकार समस्यांबाबत सरकारच्या हाताळणीची छाननी करतात. परकीय मदत आणि विकास सहाय्य याबाबत राजकीय पक्षांची मते भिन्न आहेत. ते आंतरराष्ट्रीय मदत आणि सहकार्यासाठी संसाधनांच्या वाटपावर प्रभाव टाकतात.

१३) आंतरराष्ट्रीय पर्यावरण करार :

आंतरराष्ट्रीय पर्यावरण करार आणि हवामान बदलाच्या उपक्रमांबाबत भारताच्या भूमिकेवर राजकीय पक्ष प्रभाव टाकतात. या मुद्यांवर त्यांची भूमिका भारताच्या सहभागावर आणि वचनबद्धतेवर परिणाम करते.

१४) जागतिक संस्था :

संयुक्त राष्ट्रसंघ, ब्रिक्स आणि जी-२० सारख्या जागतिक संस्थांमध्ये भारताच्या भूमिकेबद्दल राजकीय पक्षांचे वेगवेगळे दृष्टिकोन आहेत. ते या मंचांमध्ये विशिष्ट भूमिका आणि उद्दिष्टांसाठी पाठपुरावा करतात. भारताचे आण्विक धोरण, अण्वस्त्र अप्रसार आणि निःशस्त्रीकरणावरील भूमिकेबाबत विरोधी पक्षांनी घेतलेल्या भूमिकेचा प्रभाव आहे.

१५) प्रादेशिक संघर्ष आणि संबंध :

विशिष्ट प्रादेशिक संलग्नता किंवा हितसंबंध असलेले राजकीय पक्ष प्रादेशिक संघर्ष आणि संबंधांवरील भारताच्या भूमिकेवर प्रभाव टाकतात. हे विशेषतः दक्षिण आशिया आणि हिंदी महासागर क्षेत्रांशी संबंधित आहे. विरोधी पक्ष अनेकदा विदेशी मदत, कर्जे आणि आंतरराष्ट्रीय वित्तीय संस्थांशी संबंधित सरकारी निर्णयांची छाननी करतात. ते अशा मदतीच्या अटी आणि शर्तींबद्दल चिंता व्यक्त करतात.

१६) सार्वजनिक मत आणि प्रात्यक्षिके :

काही राजकीय पक्ष सार्वजनिक निदर्शने, निषेध किंवा आंतरराष्ट्रीय मुद्यांशी संबंधित मोहिमा आयोजित करतात किंवा त्यात सहभागी होतात तसेच विशिष्ट कृती करण्यासाठी सरकारवर दबाव आणतात. राजकीय पक्ष परराष्ट्र धोरणाच्या मुद्यांवर त्यांची भूमिका मांडण्यासाठी, त्यांचे दृष्टिकोन सामायिक करण्यासाठी आणि आंतरराष्ट्रीय आव्हानांबद्दल जागरूकता निर्माण करण्यासाठी प्रसारमाध्यमांच्या व्यासपीठाचा वापर करतात.

१७) राज्य सरकारांशी समन्वय :

काही राजकीय पक्ष विशेषत: प्रादेशिक पक्ष, त्यांच्या राज्यांवर थेट परिणाम करणाऱ्या परराष्ट्र धोरणाच्या बाबींवर राज्य सरकारांशी समन्वय साधतात. निवडणूक प्रचारादरम्यान राजकीय पक्ष मतदारांना आवाहन करण्यासाठी परराष्ट्र धोरण वक्तृत्वाचा वापर करतात, त्यांच्या परराष्ट्र धोरणाच्या दृष्टिकोनावर जोर देतात आणि आंतरराष्ट्रीय मुद्यांबाबत त्यांची भूमिका अधोरेखित करतात.

२.४ दबाव गटांची भूमिका :

भारताच्या परराष्ट्र धोरणावर दबाव गट परराष्ट्र व्यवहाराच्या क्षेत्रात देशांतर्गत आणि आंतरराष्ट्रीय अशा विशिष्ट हितसंबंधांसाठी प्रभाव पाडतात आणि समर्थन करतात. सरकारशी संलग्न राहून, आंतरराष्ट्रीय वादविवादांमध्ये भाग घेऊन आणि आपापल्या विषयपत्रिकेचा प्रचार करून देशाच्या परराष्ट्र धोरणाला आकार देण्यात ते महत्त्वपूर्ण भूमिका बजावतात.

१) विशिष्ट हितसंबंधांसाठी समर्थन :

दबाव गट विशिष्ट स्वारस्य किंवा कारणांसाठी पाठपुरावा करतात, जसे की व्यापार धोरणे, पर्यावरण संरक्षण, मानवाधिकार आणि देशांतरित जनसमूहांशी संबंधित समस्या ज्यांचा भारताच्या परराष्ट्र संबंधांवर परिणाम होतो. परराष्ट्र धोरणाच्या मुद्यांवर सरकारच्या भूमिकेवर प्रभाव टाकण्यासाठी दबाव गट लॉबिंग क्रियाकलापांमध्ये गुंतलेले असतात. ते धोरणकर्त्यांना त्यांची स्थिती कळवतात आणि सरकारच्या निर्णयांना आकार देण्याचा प्रयत्न करतात.

२) संशोधन आणि विश्लेषण :

अनेक दबाव गट परराष्ट्र धोरणाच्या विषयांवर सखोल संशोधन आणि विश्लेषण करतात तसेच सरकार, मीडिया आणि जनतेला मौल्यवान माहिती प्रदान करतात. दबाव गट सरकारला धोरणात्मक शिफारसी देतात, आंतरराष्ट्रीय संबंधांशी संबंधित विशिष्ट कृती आणि दृष्टिकोन सुचवतात.

३) विशिष्ट मतदारसंघांचे प्रतिनिधित्व :

देशांतरित जनसमूह संस्था परदेशात भारतीय समुदायांच्या हिताचे प्रतिनिधित्व करतात, सरकारला त्यांच्या समस्यांचे निराकरण करण्यासाठी आग्रह करतात, समुपदेशन सेवांपासून अधिकार आणि संरक्षणापर्यंतच्या घटकांचा यात समावेश होतो. पर्यावरणीय गट पर्यावरणास जबाबदार परकीय धोरणांसाठी दबाव आणतात. ते आंतरराष्ट्रीय मंचांमध्ये हवामान बदल, संवर्धन आणि शाश्वत विकासावर प्रकाश टाकतात.

४) व्यापार आणि व्यावसायिक स्वारस्य :

व्यापारी संघटना आणि व्यापारी गट अशा धोरणांचा पुरस्कार करतात जे व्यापार, गुंतवणूक आणि परदेकीय देशांसोबत आर्थिक सहकार्याला प्रोत्साहन देतात, ज्यामुळे भारताच्या आर्थिक राजनयावर प्रभाव पडतो. मानवाधिकार संघटना नैतिक परराष्ट्र धोरणांसाठी, मानवाधिकारांचे उल्लंघन, संघर्ष निराकरण आणि आंतरराष्ट्रीय मानवतावादी कायद्याचे समर्थन करतात. अण्वस्त्र निशस्त्रीकरण, अप्रसार आणि अणुऊर्जेचा नागरी वापर यासारख्या भारताच्या आण्विक धोरणाला आकार देण्यात दबाव गटांनी महत्वाची भूमिका बजावली आहे.

५) प्रादेशिक आणि द्विपक्षीय समस्यांसाठी समर्थन :

काही दबाव गट भारत-पाकिस्तान संबंध, भारत-चीन संबंध आणि भारत-नेपाळ संबंध यासारख्या विशिष्ट प्रादेशिक मुद्यांवर लक्ष केंद्रित करतात. सांस्कृतिक संस्था आणि संघटना सांस्कृतिक मुत्सद्देगिरीला प्रोत्साहन देतात, जागतिक स्तरावर भारताच्या समृद्ध सांस्कृतिक वारशाचे जतन आणि प्रसारासाठी समर्थन करतात.

६) शाश्वत विकास लक्ष्यांसाठी समर्थन :

शाश्वत विकास लक्ष्यांवर भर देणारे गट संयुक्त राष्ट्रांच्या शाश्वत विकास विषयपत्रिकेतील भारताच्या वचनबद्धतेसाठी आणि योगदानासाठी समर्थन करण्यात गुंतलेले आहेत. दबाव गट परदेशी मदत, विकास सहाय्य आणि आंतरराष्ट्रीय संस्थांना योगदान देण्याबाबत प्रभाव टाकतात. काही दबाव गट सरकारच्या सॉफ्ट पॉवर उपक्रमांना समर्थन देतात जसे की भारतीय पाककृती, योग, सिनेमा आणि पारंपारिक औषधांचा प्रचार करणे इ.

७) बहुपक्षीय राजनयावर परिणाम :

संयुक्त राष्ट्रसंघ, जी-२० किंवा ब्रिक्स सारख्या आंतरराष्ट्रीय संस्थांवर लक्ष केंद्रित करणारे गट या मंचांमध्ये भारताच्या हिताचे समर्थन करतात आणि जागतिक मुद्यांवर भारताच्या भूमिकेवर परिणाम करतात. अधिकृत राजनैतिक प्रयत्नांना पूरक असे दबावगट अनेकदा अशा उपक्रमांमध्ये सहभागी होतात.

८) सार्वजनिक मतांवर प्रभाव टाकणे :

दबाव गट त्यांच्या पाठपुरावा मोहिमेद्वारे, प्रसारमाध्यमांपर्यंत पोहचून शैक्षणिक उपक्रमांद्वारे परराष्ट्र धोरणाच्या बाबींवर जनमत तयार करतात. दबाव गट सरकारच्या परराष्ट्र धोरणाच्या निर्णयांवर बारीक नजर ठेवतात, जबाबदारी आणि पारदर्शकता सुनिश्चित करतात. व्यापार, सांस्कृतिक देवाणघेवाण आणि त्यांच्या योगदानाला मान्यता देण्यासह भारताचे परराष्ट्र धोरण त्यांच्या यजमान देशांप्रती आकार देण्यामध्ये देशांतरित जनसमूह संस्था प्रभावशाली आहेत.

९) आंतरराष्ट्रीय मोहिमांमध्ये सहभाग :

भारताच्या जागतिक प्रतिमेवर आणि नातेसंबंधांवर परिणाम करणारे नि:शस्त्रीकरण, हवामान बदल किंवा मानवाधिकार यासारख्या आंतरराष्ट्रीय मोहिमांमध्ये दबावगट अनेकदा भाग घेतात.

१०) सरकारी अधिकाऱ्यांशी संवाद :

दबाव गटांचे प्रतिनिधी परराष्ट्र मंत्र्यांसारख्या सरकारी अधिकाऱ्यांना भेटून त्यांच्या समस्या आणि शिफारशींवर चर्चा करतात. पर्यावरण आणि मानवाधिकार गट आंतरराष्ट्रीय समस्यांबद्दल जागरुकता वाढवतात, भारत सरकारला कृती करण्यास आणि जागतिक उपायांमध्ये योगदान देण्यास उद्युक्त करतात.

११) परदेशी समकक्षांशी सहकार्य :

अनेक भारतीय दबाव गट सामायिक उद्दिष्टे पुढे नेण्यासाठी, जागतिक मुद्यांवर त्यांचा प्रभाव मजबूत करण्यासाठी आंतरराष्ट्रीय समकक्ष आणि संघटनांशी सहयोग करतात. देशांतरित जनसमूह संस्था आणि व्यावसायिक संघटना भारताचे हित आणि परदेशात गुंतवणूक वाढवण्यासाठी परदेशी सरकार आणि संस्थांशी अनेकदा लॉबिंग करतात.

१२) सार्वजनिक प्रात्यक्षिके आणि मोहिमा :

सरकारी धोरणांवर प्रभाव टाकून त्याबाबतजागरूकता निर्माण करण्यासाठी आणि समर्थन एकत्रित करण्यासाठी दबाव गट वारंवार सार्वजनिक निदर्शने, मोहिमा आणि याचिकांचे आयोजन करतात. काही दबावगटांचा भारताच्या परराष्ट्र धोरणाच्या निर्णयांवर यशस्वीपणे प्रभाव टाकण्याबाबत, राष्ट्रीय आणि आंतरराष्ट्रीय बाबींवर त्यांचा प्रभाव दाखवण्याबाबत लक्षणीय योगदान आहे.

१३) कायदेशीर कृती आणि खटला :

आंतरराष्ट्रीय कायद्याचे किंवा सरकारी धोरणांचे कथित उल्लंघनाच्या प्रकरणांमध्ये, काही दबाव गट निवारण आणि उत्तरदायित्व मिळविण्यासाठी कायदेशीर कृती आणि खटल्यांचा अवलंब करतात. दबाव गटांच्या विविध आणि परस्परविरोधी विषयपत्रिका असतात, ज्यामुळे त्यांच्या सर्व मागण्या आणि शिफारशी पूर्ण करणे सरकारसाठी आव्हानात्मक बनते. अनेक दबाव गट मर्यादित संसाधनांद्वारे कार्य करतात, त्यामुळे त्यांना हितसंबंधांसाठी प्रभावीपणे समर्थन करण्यात अडचणी येतात.

१४) सरकारचा प्रतिसाद :

दबाव गटांना सरकारचा प्रतिसाद भिन्न असतो, काही मुद्यांकडे लक्षणीय लक्ष दिले जाते, तर इतरांना कमी प्राधान्य दिले जाते किंवा विचारात घेतले जात नाही.

३.५ प्रसार माध्यमांची भूमिका :

अनेक वेळी ही परराष्ट्रे आपल्या दैनंदिन जीवनावर प्रत्यक्ष अथवा अप्रत्यक्षरितीने प्रभाव पडतात. कुठल्याही देशाचे परराष्ट्र धोरण राष्ट्रीय हिताच्या व्यापक व्याख्येनुसार तयार केले जाते. सामान्य माणसाचे एकत्रित हित जरी राष्ट्रहितानुसार साध्य होणार असेल तरीही सामान्य माणूस देशाच्या परराष्ट्र धोरण आलेखन आणि अमलबजावणीच्या बाहेर असतो. परंतु परराष्ट्र धोरणाच्या प्रक्रियेत प्रसार माध्यमांचा वाढता प्रभाव ही परिस्थिती बदलण्यात महत्त्वपूर्ण ठरत आहे.

१) चिकित्सक व विश्लेषणात्मक धोरण :

आजच्या आधुनिक युगात माहिती व तंत्रज्ञान तसेच प्रसारमाध्यमांचा विकास मोठ्या प्रमाणावर झालेला असल्याने परराष्ट्र धोरणावर विविध चिकित्सक व विश्लेषणात्मक पद्धतीने लिहिले जाते. विशेषत: कारगिल संघर्षानंतर पाकिस्तानाविषयी भारताचे धोरण कसे असावे याबाबत विविध प्रसारमाध्यमांनी वेगवेगळ्या पद्धतीने आपली मते मांडली होती. याचा परिणाम भारताच्या परराष्ट्र धोरणावर पडलेला होता.

२) प्रसार माध्यमांची ठाम भूमिका :

एखाद्या देशाशी केलेला द्विपक्षीय करार आपल्या देशातल्या उद्योगांवर आणि रोजदारीवर प्रभाव टाकू शकतो. इराणवर आर्थिक प्रतिबंध लावायचे की नाही, युद्ध करायचे की नाही यावर पेट्रोल डिझेलचे भाव कसे ठरतात याचे विवेचन प्रसारमाध्यमांकडून होते. त्याचप्रमाणे दुसऱ्या पातळीवर पाकिस्तानसोबत क्रिकेट खेळायचे की नाही, चीन समवेत असणारा तिढा कसा सोडवायचा याविषयी ठाम भूमिका प्रसारमाध्यमे प्रभावीपणे मांडतात.

३) प्रसार माध्यमांकडून परराष्ट्र धोरणांचा व्यापक आढावा :

आजच्या काळात परराष्ट्र धोरणांवर जनतेच्या मतांचाही प्रभाव पडत असतो व त्यासाठी प्रसार माध्यमे जनतेला पाठिंबा देत आहेत. भारताचे परराष्ट्र धोरण व्यापक स्वरूपाचे आहे. त्यामुळे प्रसारमाध्यमे देखील या धोरणांकडे सातत्याने लक्ष ठेवनू असतात व त्याची माहिती जनतेला पोहचवतात. प्रसारमाध्यमे या घटनांकडे तटस्थपणे न बघता गांभीर्याने या धोरणांचा पाठपुरावा करत आहेत.

४) प्रभावी माध्यम :

देशाच्या परराष्ट्र धोरणावर प्रभाव टाकणारे अत्यंत महत्त्वाचे माध्यम म्हणून प्रसार माध्यमांकडे पाहण्यात येते. भारताचे इतर राष्ट्रांशी असणारे संबंध याची रोखठोक माहिती प्रसारमाध्यमे जनतेपर्यंत पोहचवतात.

५) माहिती प्रसार :

राजनैतिक भेटी, आंतरराष्ट्रीय शिखर परिषद, संघर्ष आणि जागतिक घडामोडी यासारख्या आंतरराष्ट्रीय घडामोडींच्या माहितीचा प्राथमिक स्त्रोत म्हणून प्रसारमाध्यमे काम करतात. हे परराष्ट्र धोरणाच्या बाबींवर वेळेवर आणि अचूक अद्यतने प्रदान करते, हे सुनिश्चित करते की जनता आणि धोरणकर्ते जागरूक राहतात.

६) विषयपत्रिका निर्मिती :

कोणते आंतरराष्ट्रीय मुद्दे अधोरेखित करायचे आणि कोणत्या मुद्यांना प्राधान्य द्यायचे हे निवडून परराष्ट्र धोरणाची विषयपत्रिका ठरवण्याची क्षमता मीडिया प्रक्षेपणामध्ये असते. त्यांच्या प्रक्षेपणामुळे विशिष्ट परराष्ट्र धोरणाच्या बाबींवर सरकारचे लक्ष आणि कारवाई वाढते.

७) सार्वजनिक मताला आकार देणे :

मीडिया रिपोर्टिंग परराष्ट्र धोरण निर्णय, जागतिक घडामोडी आणि जागतिक कर्त्यांच्या सार्वजनिक धारणांवर प्रभाव पाडते. परराष्ट्र धोरण मतदारांच्या भावनांशी जुळवून घेण्यासाठी सरकारवर दबाव आणते. मीडिया प्रक्षेपण एखाद्या समस्येच्या काही पैलूंवर जोर देऊन परराष्ट्र धोरणाची रूपरेषा तयार करतात. या चौकटी सार्वजनिक धोरणकर्त्यांना आंतरराष्ट्रीय घटना आणि निर्णय समजून घेण्याच्या पद्धतीला आकार देऊ शकतात.

८) सरकारला जबाबदार धरणे :

शोध पत्रकारिता आणि चिकित्सक अहवाल सरकारला त्याच्या परराष्ट्र धोरणाच्या कृती आणि निर्णयांसाठी जबाबदार धरतात. माध्यमांच्या छाननीमुळे अधिक पारदर्शकता आणि देखरेख निर्माण होते. भारताच्या इतर देशांसोबतच्या द्विपक्षीय संबंधांचे वृत्तांकन करण्यात प्रसारमाध्यमे महत्त्वाची भूमिका बजावतात. हे राजनयिक भेटी, व्यापार करार आणि प्रादेशिक आघाड्यांबाबत माहिती प्रदान करते.

९) आंतरराष्ट्रीय करारांवर अहवाल देणे :

मीडिया प्रक्षेपण भारताने केलेले आंतरराष्ट्रीय करार स्पष्ट करतात, त्यांचे महत्त्व आणि त्यांचे देशावरील संभाव्य प्रभाव विशद करतात. मीडिया संस्थांमध्ये अनेकदा भू-राजकीय तज्ज्ञ आणि विश्लेषक असतात जे परराष्ट्र धोरणातील घडामोडींचे सखोल विश्लेषण आणि संदर्भ देतात. अशा विश्लेषणामुळे जनतेला आणि धोरणकर्त्यांना आंतरराष्ट्रीय घटनांचे परिणाम समजण्यास मदत होते.

१०) आंतरराष्ट्रीय संकटांचे प्रक्षेपण :

प्रसारमाध्यमे आंतरराष्ट्रीय संकटे आणि संघर्षांबद्दल अहवाल देतात, ज्यात भारताची भूमिका आणि जागतिक सुरक्षा धोक्यांवरील प्रतिसाद यांचा समावेश असतो. प्रक्षेपण सरकारच्या संकट व्यवस्थापनाविषयी सार्वजनिक धारणांना आकार देते. संयुक्त राष्ट्रसंघ, ब्रिक्स आणि जी-२० यासारख्या आंतरराष्ट्रीय संघटनांमध्ये भारताच्या भूमिकेची माहिती प्रसारमाध्यमे पुरवतात. हे प्रक्षेपण जागतिक प्रशासनातील भारताच्या योगदानावर प्रकाश टाकते.

११) देशांतरित जनसमूहांवर प्रभाव :

परदेशातील भारतीय मीडिया संस्था आणि देशांतरित जनसमूह-केंद्रित वृत्त स्त्रोत हे भारतीय देशांतरित जनसमूहांची मते आणि क्रियाकलापांवर प्रभाव टाकतात, ज्याचा परिणाम भारताच्या परराष्ट्र धोरणाच्या उद्दिष्टांवर होतो. मीडिया

हे भारतीय संस्कृती, कला, सिनेमा आणि परंपरा यांचे चित्रण करून जागतिक स्तरावर भारताच्या सॉफ्ट पॉवरला प्रोत्साहन देते. सॉफ्ट पॉवर म्हणून भारताचे आंतरराष्ट्रीय स्थान आणि प्रभाव वाढवते.

८) सांस्कृतिक राजनय :

प्रसारमाध्यमे अनेकदा सांस्कृतिक देवाणघेवाण कार्यक्रम, उत्सव आणि प्रदर्शने दाखवतात, जे सांस्कृतिक राजनयाला चालना देण्यासाठी आणि आंतरराष्ट्रीय संबंध वाढवण्यासाठी योगदान देतात. हवामान बदल आणि पर्यावरणीय समस्यांचे मीडिया प्रक्षेपण भारताच्या शाश्वत विकास आणि जागतिक पर्यावरण करारांच्या वचनबद्धतेबाबत जनमतावर प्रभाव पाडते.

९) आर्थिक राजनयास प्रोत्साहन :

मीडिया प्रक्षेपण आर्थिक राजनय, व्यापार वाटाघाटी आणि गुंतवणुकीवर अहवाल देतात, जे व्यापार धोरणे आणि परकीय आर्थिक संबंधांवर प्रभाव टाकतात. प्रसारमाध्यमे गरिबी निर्मूलन, लैंगिक समानता आणि आरोग्यसेवा यासारख्या जागतिक मुद्यांचे समर्थन करतात, ज्यामुळे आंतरराष्ट्रीय विकासासाठी भारताची वचनबद्धता अधोरेखित होते. भारताच्या मानवतावादी उपक्रमांचे मीडिया प्रक्षेपण आणि इतर देशांना दिलेली मदत भारताच्या परराष्ट्र धोरणाच्या उद्दिष्टांबद्दल सद्भावना आणि सकारात्मक धारणा वाढवते.

१०) आण्विक आणि सुरक्षा धोरणांचे कव्हरेज :

भारताच्या आण्विक आणि सुरक्षा धोरणांबाबत तसेच शस्त्रास्त्र नियंत्रण आणि नि:शस्त्रीकरणाच्या प्रयत्नांबद्दल वार्तांकन करण्यात माध्यमे महत्त्वाची भूमिका बजावतात. प्रसारमाध्यमे भारतीय जनतेला आंतरराष्ट्रीय संघर्षांबद्दल माहिती पुरवतात, जागतिक राजकारणातील आव्हाने आणि गुंतागुंत याबद्दल जागरूकता वाढवतात.

११) परकीय मदत आणि विकास सहाय्यावर प्रभाव :

परकीय मदत, विकास प्रकल्प आणि आंतरराष्ट्रीय संस्थांचे योगदान यावर प्रसारमाध्यमांनी अहवाल दिल्याने जागतिक विकासात भारताच्या भूमिकेवर जनमत तयार होऊ शकते. परराष्ट्र मंत्र्यांसारखे सरकारी अधिकारी, परराष्ट्र धोरणाची उद्दिष्टे आणि उपक्रमांशी संवाद साधण्यासाठी नियमितपणे माध्यमांशी संवाद साधतात. मीडिया परस्परसंवाद धोरणकर्त्यांना थेट सार्वजनिक आणि आंतरराष्ट्रीय समुदायापर्यंत संदेश पोहोचविण्याची परवानगी देतात.

१२) सार्वजनिक राजनयाचे प्रक्षेपण :

भारताची जागतिक प्रतिमा आणि प्रभाव वाढवणाऱ्या राज्य भेटी, सांस्कृतिक देवाणघेवाण आणि आंतरराष्ट्रीय सहयोग यासारख्या सार्वजनिक राजनयाच्या प्रयत्नांवर प्रसारमाध्यमे अहवाल देतात. आंतरराष्ट्रीय संकटादरम्यान, सरकारी प्रतिसाद आणि मुत्सद्दी प्रयत्नांबद्दल मीडियाचे तात्काळ प्रक्षेपण भारताच्या संकट व्यवस्थापनाच्या धारणांवर परिणाम करते.

❋ ❋ ❋ ❋

सरावासाठी प्रश्न

प्र. १. दीर्घोत्तरी प्रश्न.

१) परराष्ट्र धोरण निर्मितीमध्ये पंतप्रधान आणि मंत्रिमंडळाच्या भूमिकेबाबत माहिती सांगा.

२) परराष्ट्र धोरण निर्मितीत नोकरशाहीची भूमिका स्पष्ट करा.

३) परराष्ट्र धोरणाच्या निर्मितीमध्ये भारतीय संसदेची भूमिका सविस्तर स्पष्ट करा.

४) परराष्ट्र धोरण निर्मितीमध्ये राजकीय पक्षांची भूमिका स्पष्ट करा.

५) परराष्ट्र धोरण निर्मितीमध्ये दबाव गटांच्या भूमिकेचे वर्णन करा

६) प्रसारमाध्यमे आणि परराष्ट्र धोरण याबद्दल तपशीलवार विवेचन करा.

प्र. २. टिपा लिहा.

१) परराष्ट्र धोरण निर्मितीत राजकीय कार्यकारिणीची भूमिका.

२) परराष्ट्र धोरण निर्मितीत नोकरशाहीची भूमिका.

३) परराष्ट्र धोरण निर्मितीत राजकीय पक्षांची भूमिका.

४) परराष्ट्र धोरण निर्मितीत दबाव गटांची भूमिका.

५) परराष्ट्र धोरण निर्मितीत माध्यमांची भूमिका.

❋❋❋❋

भारताच्या परराष्ट्र धोरणाचा विकास

प्रकरण ३

प्रस्तावना :

स्वातंत्र्योत्तर काळापासून भारताने आपल्या परराष्ट्रीय धोरणाची आखणी करण्यास सुरूवात केली. तेव्हापासून आजपर्यंत भारताच्या परराष्ट्रीय धोरणाचा विकास घडून येत असताना त्यात अनेक स्थित्यंतरे घडून आलेली दिसतात. परराष्ट्र धोरणच्या या विकास प्रक्रियेचे वेगवेगळ्या टप्प्यांत वर्गीकरण करता येईल. १९४७ पासून १९६२ पर्यंतचा कालखंड विचारात घेतला, तर या काळात भारताचे परराष्ट्रीय धोरण आदर्शवादी स्वरूपाचे असलेले दिसते. महात्मा गांधीच्या अहिंसा तत्वांचा, रविंद्रनाथ टागोर आणि अरविंद घोष यांच्या अध्यात्मवाद व विश्वबंधुत्व या तत्वांचा, नेहरूंच्या पंचशील व अलिप्ततावाद या तत्वांचा भारताच्या परराष्ट्रीय धोरणावर प्रभाव पडलेला होता. १९६२ नंतरच्या काळात भारताच्या परराष्ट्रीय धोरणात बदल घडून येण्यास सुरुवात झाली. विशेषतः इंदिरा गांधींच्या कालखंडात भारताच्या परराष्ट्रीय धोरणास वास्तववादी स्वरुप प्राप्त झाले. भारताने अण्वस्त्र सज्जतेवर भर दिला. तसेच आंतरराष्ट्रीय प्रश्नांबाबत स्पष्ट भूमिका स्वीकारली. १९९० नंतरच्या काळात शितयुद्धाच्या समाप्तीमुळे आंतरराष्ट्रीय परिस्थितीत अनेक मूलभूत स्वरूपाचे बदल घडून आले. जागतिकीकरणाच्या प्रक्रियेचा प्रभाव वाढला. या बदलांचा भारताच्या परराष्ट्रीय धोरणावर दूरगामी परिणाम घडून आला. त्यामुळे १९९० नंतरचा कालखंड भारताच्या परराष्ट्रीय धोरणास दिशा देणारा ठरला आहे. या सर्व घटकांच्या आधारे भारताच्या परराष्ट्रीय धोरणाचा विकास जाणून घेता येईल.

३.१ आदर्शवादी अवस्था (१९४७–१९६६) :

भारतीय परराष्ट्र धोरणातील १९४७ ते १९६६ हा कालावधी, ज्याला अनेकदा आदर्शवादी अवस्था म्हणून संबोधले जाते, ते विशिष्ट वैशिष्ट्यांच्या मालिकेने वैशिष्ट्यीकृत होते. या टप्प्याच्या केंद्रस्थानी भारताची अलिप्ततेशी वचनबद्धता होती, ज्याचा अर्थ शीतयुद्धाच्या काळात तटस्थतेची स्थिती राखणे. पंतप्रधान जवाहरलाल नेहरू यांनी चालवलेल्या या अलिप्ततावादी धोरणाचा उद्देश भारताचे सार्वभौमत्व टिकवून ठेवणे आणि जागतिक स्तरावर शांतता आणि सहकार्याला प्रोत्साहन देणे हे होते. या काळात भारताच्या परराष्ट्र धोरणातील प्रमुख घटकांपैकी एक म्हणजे पंचशील करार, ज्याने शांततापूर्ण सहअस्तित्वाची पाच तत्त्वे मांडली. या तत्त्वांमध्ये सार्वभौमत्व आणि प्रादेशिक अखंडतेसाठी परस्पर आदर, अंतर्गत बाबींमध्ये हस्तक्षेप न करणे, समानता आणि शांततापूर्ण सहजीवन यावर जोर देण्यात आला.

पंचशील कराराने भारताच्या राजनैतिक संबंधांचा पाया आणि जागतिक मुद्यांवर त्याची भूमिका मांडली. आशिया आणि आफ्रिकेतील राष्ट्रांच्या स्वातंत्र प्राप्तीच्या प्रयत्नांना भारताने सक्रियपणे पाठिंबा दिला, वसाहतवादी शासन आणि साम्राज्यवाद संपुष्टात आणण्यासाठी समर्थन केले. भारत वसाहतवादी प्रथा आणि वर्णभेदाचा मुखर विरोधक होता. शांतता संवर्धन आणि नि:शस्त्रीकरण हे भारताच्या परराष्ट्र धोरणाचे मुख्य विषय होते. देशाने अण्वस्त्र अप्रसारासाठी सक्रियपणे काम केले आणि अण्वस्त्रे नष्ट करण्यासाठी पाठपुरावा केला. भारताने सातत्याने आंतरराष्ट्रीय संघर्षांवर शांततापूर्ण उपाय शोधले आणि विवादांमध्ये मध्यस्थी करण्याची भूमिका बजावली.

३.१.१ आदर्शवादी टप्प्याची वैशिष्ट्ये :

भारतीय परराष्ट्र धोरणाचा १९४७ ते १९६६ पर्यंतचा आदर्शवादी टप्पा अनेक प्रमुख वैशिष्ट्यांनी चिन्हांकित केला जातो :

१) अलिप्ततावाद :

शीतयुद्धाच्या काळात पंतप्रधान जवाहरलाल नेहरू यांच्या नेतृत्वाखाली भारताने अलिप्ततेचे धोरण स्वीकारले. याचा अर्थ भारताने अमेरिकेच्या नेतृत्वाखालील पाश्चात्त्य गट किंवा सोव्हिएत रशियाच्या नेतृत्वाखालील पूर्वेकडील गटात सामील होण्यास नकार दिला. अलिप्ततेमुळे भारताला ध्रुवीकृत जगात शांतता आणि सहकार्याला चालना देत स्वतंत्र परराष्ट्र धोरण राबविण्याची संधी मिळाली.

२) पंचशील करार :

या काळात भारताच्या परराष्ट्र धोरणाच्या केंद्रस्थानी शांततापूर्ण सहअस्तित्वाची पाच तत्त्वे होती, ज्याला पंचशील करार असेही म्हणतात. या तत्त्वांमध्ये सार्वभौमत्व आणि प्रादेशिक अखंडतेचा परस्पर आदर, आक्रमण न करणे, अंतर्गत बाबींमध्ये हस्तक्षेप न करणे, समानता आणि शांततापूर्ण सहअस्तित्व यांचा समावेश होतो. पंचशील कराराने भारताच्या परराष्ट्र धोरणाचा आधारस्तंभ म्हणून काम केले आणि इतर राष्ट्रांशी मैत्रीपूर्ण संबंध आणि शांततापूर्ण सहअस्तित्व वाढवणे हा त्याचा उद्देश होता.

३) निर्वसाहतीकरणास पाठिंबा :

वसाहतवादी राजवट आणि साम्राज्यवाद संपवण्याच्या जागतिक चळवळीत भारत आघाडीवर होता. एक नवीन स्वतंत्र राष्ट्र म्हणून भारताने इतर राष्ट्रांच्या, विशेषतः आशिया आणि आफ्रिकेतील निर्वसाहतीकरणाच्या प्रयत्नांना पाठिंबा देण्यासाठी आपल्या राजकीय प्रभावाचा वापर केला. भारताने वसाहतवादी प्रथांचा तीव्र निषेध केला आणि वसाहत देशांच्या स्वातंत्र्यासाठी कार्य केले.

४) शांततेचा प्रचार :

शांतता आणि नि:शस्त्रीकरण हे भारताच्या परराष्ट्र धोरणाचे मुख्य विषय होते. भारताने नि:शस्त्रीकरण आणि आण्विक अप्रसाराच्या धोरणास सक्रियपणे प्रोत्साहन दिले, आण्विक शस्त्रे नष्ट करण्याचा पुरस्कार केला. सशस्त्र संघर्ष टाळण्याच्या आणि आंतरराष्ट्रीय विवाद शांततेच्या मार्गाने सोडवण्याच्या भारताच्या सातत्यपूर्ण भूमिकेतून शांततेची ही वचनबद्धता दिसून आली.

५) आशियाई संबंध :

भारताने आशियाई एकता आणि सहकार्याच्या महत्त्वावर भर दिला. द्विपक्षीय मुत्सद्देगिरीद्वारे आणि १९४७ मधील आशियाई संबंध परिषद तसेच १९५५ मधील बांडुंग परिषद यासारख्या मंचांमध्ये सहभागाद्वारे भारत इतर आशियाई राष्ट्रांशी सक्रियपणे गुंतला. या परिषदांचे उद्दिष्ट आशियाई राष्ट्रांमध्ये एकता आणि सहयोग वाढवणे हे होते.

६) अलिप्ततावादी चळवळीचा (NAM) संस्थापक सदस्य :

१९६१ मध्ये भारत अलिप्ततावादी चळवळीच्या संस्थापक सदस्यांपैकी एक होता. अलिप्ततावादी चळवळ शीतयुद्धादरम्यान अमेरिका किंवा सोव्हिएत रशियाशी जवळीक नाकारणाऱ्या देशांची युती होती. अलिप्ततावादी चळवळीच्या सदस्यांनी त्यांच्या स्वातंत्र्यावर आणि जागतिक शांततेसाठी वचनबद्धतेवर भर देत तटस्थतेचे धोरण अवलंबले.

७) आफ्रिकन स्वातंत्र्यासाठी समर्थन :

वसाहतवादी राजवटीपासून स्वातंत्र्याच्या लढ्यात भारत आफ्रिकन राष्ट्रांचा सक्रिय समर्थक होता. भारतीय नेत्यांनी आफ्रिकन स्वातंत्र्य चळवळीला राजकीय आणि नैतिक पाठिंबा दिला. स्वातंत्र्य मिळवण्यात भारताला आलेले यश हे आफ्रिकन राष्ट्रांसाठी प्रेरणादायी ठरले.

८) संघर्षांचे शांततापूर्ण निराकरण :

भारताने आंतरराष्ट्रीय संघर्ष, विशेषत: कोरियन युद्ध आणि सुएझ संकटात मध्यस्थीची भूमिका बजावली. त्याने जागतिक संघर्षांवर शांततापूर्ण निराकरणासाठी पाठपुरावा केला आणि अनेक घटनांमध्ये तटस्थ मध्यस्थ म्हणून काम केले.

९) संयुक्त राष्ट्रांसाठी समर्थन :

भारताने संयुक्त राष्ट्र आणि त्यांच्या उपक्रमांना सक्रिय पाठिंबा दिला. बहुपक्षीयता आणि जागतिक शासनाच्या महत्त्वावर विश्वास ठेवला, जागतिक आव्हानांना तोंड देण्यासाठी सामूहिक कृतीच्या गरजेवर सातत्याने भर दिला.

१०) आर्थिक विकास :

भारताच्या परराष्ट्र धोरणाचा आर्थिक विकासाच्या उद्दिष्टांशी जवळचा संबंध होता. देशाच्या नेतृत्वाने पंचवार्षिक योजनांच्या अंमलबजावणीद्वारे औद्योगिकीकरण, आत्मनिर्भरता आणि आर्थिक वाढीवर लक्ष केंद्रित केले.

११) सांस्कृतिक राजनय :

पारंपारिक नृत्य, संगीत, कला आणि साहित्य यासारख्या आपल्या समृद्ध सांस्कृतिक वारशाचा प्रचार करून भारताने आपल्या सांस्कृतिक राजनयाचा फायदा घेतला. सांस्कृतिक देवाणघेवाण आणि प्रदर्शने भारताची सांस्कृतिक विविधता आणि वारसा दर्शविण्याचे साधन म्हणून वापरली गेली.

१२) शैक्षणिक आणि तांत्रिक सहकार्य :

भारत इतर राष्ट्रांसोबत विशेषतः आशिया आणि आफ्रिकेतील राष्ट्रांशी शैक्षणिक आणि तांत्रिक सहकार्यामध्ये सक्रियपणे गुंतलेला होता. भागीदार देशांमध्ये मानवी भांडवल तयार करण्यास मदत करण्यासाठी भारताने शिष्यवृत्ती आणि तांत्रिक सहाय्य्य प्रदान केले.

१३) धर्मनिरपेक्ष मूल्ये :

भारताच्या परराष्ट्र धोरणात धर्मनिरपेक्षता आणि विविधतेची बांधिलकी दिसून येते. देशाने त्याच्या आंतरराष्ट्रीय संवादांमध्ये धार्मिक आणि सांस्कृतिक बहुलवादाची मूल्ये कायम ठेवली.

३.१.२ वसाहतवादाला विरोध :

भारताच्या परराष्ट्र धोरणाच्या आदर्शवादी टप्प्यात, वसाहतवादाला विरोध हा एक मूलभूत सिद्धांत होता, जो जागतिक स्तरावर वसाहतविरोधी चळवळींसाठी देशाची बांधिलकी दर्शवितो. या काळात वसाहतवादाला भारताचा विरोध पुढील काही प्रमुख पैलूंच्या आधारे स्पष्ट करता येईल :

१) निर्वसाहतीकरणासाठी समर्थन :

पंडित जवाहरलाल नेहरू सारख्या व्यक्तींच्या नेतृत्वाखाली भारताने राष्ट्रांच्या निर्वसाहतीकरणाचे कट्टर समर्थन केले. भारताने वसाहतीत देशांच्या हक्कांसाठी आणि त्यांच्या स्वयंनिर्णयाच्या अधिकारासाठी पाठपुरावा केला.

२) वसाहतविरोधी चळवळीतील नेतृत्व :

भारताने आशिया आणि आफ्रिकेतील वसाहतविरोधी चळवळींमध्ये महत्त्वपूर्ण भूमिका बजावली. भारताने विविध वसाहतींमधील स्वातंत्र्य लढ्यांना पाठिंबा दिला, वसाहतवादी राजवटीपासून स्वातंत्र्य मिळवण्याच्या हालचालींना नैतिक आणि राजनयिक पाठिंबा दिला.

३) वसाहतीत राष्ट्रांशी एकता वाढवणे :

भारत नव्याने स्वतंत्र झालेल्या देशांसोबत सक्रियपणे गुंतला आणि जे अजूनही वसाहतवादी शक्तींविरुद्ध लढत आहेत, संयुक्त राष्ट्रांसारख्या आंतरराष्ट्रीय मंचांमध्ये त्यांचा समावेश करण्यासाठी पाठपुरावा करत आहेत आणि त्यांच्या संघर्षास भारताने पाठिंबा दिला.

४) साम्राज्यवाद आणि वसाहतवादी शोषणाविरुद्ध आवाज :

भारतीय नेत्यांनी साम्राज्यवाद आणि युरोपीय शक्तींकडून होणाऱ्या वसाहतींच्या शोषणाविरुद्ध सातत्याने आवाज उठवला. वसाहतवादी राष्ट्रांच्या सामाजिक-आर्थिक आणि राजकीय जडणघडणीवर वसाहतवादी राजवटीचे दुष्परिणाम त्यांनी अधोरेखित केले.

५) सार्वभौमत्व आणि स्व-निर्णयासाठी समर्थन :

भारताने सर्व राष्ट्रांसाठी सार्वभौमत्व आणि आत्मनिर्णयाच्या तत्त्वांचे पालन केले. बाह्य हस्तक्षेपाशिवाय स्वतःचे भवितव्य ठरवण्याच्या प्रत्येक राष्ट्राच्या अधिकारावर भर देण्यात आला.

६) वसाहतवादाविरुद्ध आंतरराष्ट्रीय यजनय :

भारताने आपल्या राजनैतिक माध्यमांचा उपयोग वसाहतवादाच्या विरोधात आंतरराष्ट्रीय पाठिंबा मिळवण्यासाठी केला. वसाहतवादी प्रथांचा निषेध करण्यासाठी आणि त्यांचे उच्चाटन करण्यासाठी संयुक्त राष्ट्रासारख्या आंतरराष्ट्रीय संस्थांच्या चौकटीत काम केले.

७) जागतिक मंचांमध्ये सहभाग :

वसाहतीक राष्ट्रांच्या हिताचा पुरस्कार करत भारताने जागतिक मंचांमध्ये सक्रिय सहभाग घेतला. आंतरराष्ट्रीय निर्णय घेणाऱ्या संस्थांमध्ये या देशांच्या न्याय्य प्रतिनिधित्वाच्या गरजेवर जोर देण्यात आला.

८) धोरणात्मक अलिप्त स्थिती :

भारताच्या अलिप्ततावादी भूमिकेमुळे कोणत्याही शक्ती गटाशी संरेखित न होता वसाहतविरोधी चळवळींना समर्थन करण्याची भारतास मुभा मिळाली. वसाहतवादाच्या विरोधात आवाज उठवताना परराष्ट्र धोरणात स्वातंत्र्य राखण्यासाठी भारताला एक व्यासपीठ उपलब्ध करून दिले.

३.१.३ अलिप्ततावादी चळवळ आणि आदर्शवादी टप्पा :

भारतीय परराष्ट्र धोरणाच्या १९४७-१९६६ च्या आदर्शवादी टप्प्यातील अलिप्ततावादाचे धोरण हे आंतरराष्ट्रीय संबंधांबाबत राष्ट्राच्या दृष्टिकोनाचा आधारस्तंभ होता. त्यात शीतयुद्धाच्या काळात कोणत्याही प्रमुख शक्ती गटापासून अलिप्त राहण्याची आणि जागतिक शांतता, स्वातंत्र्य आणि सार्वभौमत्वाचा पाठपुरावा करण्याची वचनबद्धता समाविष्ट होती.

१) शीतयुद्ध संदर्भ :

अमेरिका आणि सोव्हिएत रशियाच्या नेतृत्वाखाली जग दोन प्रमुख शक्ती गटांमध्ये विभागले गेले. या शीतयुद्धाच्या संदर्भात अलिप्ततावादी चळवळ उदयास आली. पंतप्रधान जवाहरलाल नेहरू यांच्या नेतृत्वाखाली भारताने एक स्वतंत्र मार्ग निवडला.

२) स्वातंत्र्य आणि सार्वभौमत्व :

नव्याने मिळालेले स्वातंत्र्य आणि सार्वभौमत्व टिकवून ठेवण्याचे एक साधन म्हणून अलिप्ततावादाकडे पाहिले जात होते. कोणत्याही महासत्तेशी जुळवून न घेता, भारताने परराष्ट्र धोरणातील निर्णयांमध्ये आपली स्वायत्तता राखण्याचे उद्दिष्ट ठेवले.

३) तटस्थ भूमिका :

कोणत्याही लष्करी युतीत सामील होण्यास किंवा शीतयुद्धाच्या वैचारिक संघर्षात अडकण्यास नकार देत भारताने तटस्थ भूमिका स्वीकारली. हे धोरण अमेरिका किंवा सोव्हिएत रशियाशी संलग्न देशांच्या विरुद्ध होते.

४) पंचशील करार :

शांततापूर्ण सहअस्तित्वाची पाच तत्त्वे पंचशील करारामध्ये अंतर्भूत आहेत, हे अलिप्ततावादासाठी केंद्रस्थानी होते. या तत्त्वांमध्ये सार्वभौमत्वाचा परस्पर आदर, आक्रमण न करणे, अंतर्गत बाबींमध्ये हस्तक्षेप न करणे, समानता आणि शांततापूर्ण सहअस्तित्व यांचा समावेश होता.

५) जागतिक शांतता :

जागतिक शांततेच्या वचनबद्धतेमध्ये अलिप्ततावादाचे मूळ आहे. भारताचे उद्दिष्ट शांततापूर्ण सहअस्तित्व वाढवणे आणि आंतरराष्ट्रीय स्तरावर संघर्षांच्या शांततापूर्ण निराकरणासाठी पाठपुरावा करणे हे होते.

६) मुत्सद्दीपणा आणि मध्यस्थी :

भारत सक्रियपणे मुत्सद्देगिरीत गुंतलेला आहे आणि अनेकदा आंतरराष्ट्रीय संघर्षांमध्ये मध्यस्थाची भूमिका बजावत आहे. भारताने राजनयिक उपायांना प्रोत्साहन दिले आणि विवादांमध्ये तटस्थ पक्ष म्हणून काम केले.

७) आशियाई एकता :

आशियाई एकता या कल्पनेशी अलिप्ततावादाचा जवळचा संबंध होता. भारताने आशियाई राष्ट्रांमधील ऐक्याचे महत्त्व सांगून इतर आशियाई देशांशी संबंध मजबूत करण्याचे काम केले.

८) अलिप्ततावादी चळवळीचा संस्थापक सदस्य :

अलिप्ततावादासाठी भारताच्या वचनबद्धतेमुळे १९६१ मध्ये अलिप्ततावादी चळवळीचा संस्थापक सदस्य म्हणून भारताने भूमिका पार पडली. अलिप्ततावादी चळवळ ही राष्ट्रांची एक युती होती ज्यांनी प्रमुख शक्तींशी संलग्नता नाकारून जागतिक शांतता, स्वातंत्र्य आणि सहकार्याला प्रोत्साहन देण्याचे उद्दिष्ट ठेवले.

९) वसाहतीकरणासाठी समर्थन :

आशिया आणि आफ्रिकेतील निर्वसाहतीकरण आणि स्वातंत्र्य चळवळींनी भारताच्या भक्कम पाठिंब्याशी संलग्नता जोडलेली होती. वसाहतवादी राजवटीविरुद्धच्या लढ्यात भारताने या राष्ट्रांना राजकीय आणि नैतिक पाठिंबा दिला.

१०) शांततेचा पाठपुरावा :

भारत निशस्त्रीकरण आणि आण्विक अप्रसारासाठी आघाडीचा पुरस्कर्ता होता. त्यात अण्वस्त्रांचे उच्चाटन करण्याचे आवाहन करण्यात आले आणि जागतिक तणावाच्या काळात शांततेच्या प्रक्रियेस सक्रियपणे प्रोत्साहन दिले.

११) सांस्कृतिक राजनय :

भारताने आपली सॉफ्ट पॉवर वाढवण्यासाठी सांस्कृतिक राजनयाचा वापर केला. इतर राष्ट्रांशी संबंध जोडण्यासाठी पारंपारिक नृत्य, संगीत, कला आणि साहित्य याद्वारे आपला समृद्ध सांस्कृतिक वारसा दाखवला.

१२) पारंपारिक आघाडीपासून दुरावा :

अलिप्ततावादाने ब्रिटिश कॉमनवेल्थ सारख्या पारंपारिक आघाड्यांपासून लक्षणीय बदल केले. भारताने मोठ्या शक्तींसोबत लष्करी करार करणे टाळले.

३.१.४ पंचशील करार :

पंचशील करार, ज्याला शांततापूर्ण सहअस्तित्वाची पाच तत्त्वे देखील म्हणतात त्याने १९४७-१९६६ या आदर्शवादी टप्प्यात भारताच्या परराष्ट्र धोरणात महत्त्वपूर्ण भूमिका बजावली. शांततापूर्ण सहअस्तित्व, सार्वभौमत्व आणि इतर राष्ट्रांच्या कारभारात हस्तक्षेप न करण्यावर भर देणारी ही तत्त्वे आंतरराष्ट्रीय संबंधांबाबत भारताच्या दृष्टिकोनाचा आधारस्तंभ होती.

१) पंचशीलची उत्पत्ती :

पंचशील हा शब्द पंच (पाच) आणि शील (पुण्य) या संस्कृत शब्दांपासून आला आहे. १९५४ च्या चीन-भारत करारामध्ये ही तत्त्वे औपचारिकपणे घोषित करण्यात आली होती परंतु ती शांततापूर्ण राजनय आणि हस्तक्षेप न करण्याच्या भारताच्या ऐतिहासिक वचनबद्धतेमध्ये मूळ होती.

२) सार्वभौमत्वाचा परस्पर आदर :

पहिल्या तत्त्वाने राष्ट्रांच्या सार्वभौमत्वासाठी परस्पर आदरावर भर दिला. या तत्त्वाचा उद्देश एका देशाचा दुसऱ्या देशाच्या अंतर्गत बाबींमध्ये हस्तक्षेप रोखणे, प्रत्येक राष्ट्राच्या स्वातंत्र्याचे रक्षण करणे हा होता.

३) परस्परांवर आक्रमण न करणे :

दुसरे तत्व म्हणजे परस्परांवर आक्रमण न करणे, याने एकमेकांविरुद्ध बळाचा वापर न करण्याची वचनबद्धता अधोरेखित केली. हे आंतरराष्ट्रीय शांतता आणि सुरक्षिततेचे मूलभूत तत्त्व होते.

४) अंतर्गत व्यवहारात हस्तक्षेप न करणे :

तिसरे तत्त्व इतर राष्ट्रांच्या अंतर्गत बाबींमध्ये हस्तक्षेप न करण्यावर प्रकाश टाकते. हे तत्व बाह्य हस्तक्षेपाशिवाय देशांतर्गत व्यवहार व्यवस्थापित करण्यासाठी प्रत्येक देशाचे सार्वभौमत्व आणि स्वायत्तता कायम ठेवते.

५) समानता आणि परस्पर लाभ :

चौथ्या तत्त्वाने आंतरराष्ट्रीय संबंधांमध्ये समानता आणि परस्पर फायद्याचा पुरस्कार केला. राष्ट्रांचा आकार किंवा सामर्थ्य काहीही असो, सहकार्यात्मक आणि परस्पर फायदेशीर संबंध वाढवणे हे त्याचे उद्दिष्ट आहे.

६) शांततापूर्ण सहअस्तित्व :

पाचवे आणि मध्यवर्ती तत्त्व म्हणजे शांततापूर्ण सहजीवन. या तत्त्वाने सशस्त्र संघर्षाचा अवलंब करण्याऐवजी वाटाघाटी आणि राजनय यासारख्या शांततापूर्ण मार्गांनी संघर्ष सोडवण्याचा सल्ला दिला.

७) पंचशील तत्वांचे उपयोजन :

पंचशील तत्वे प्रथम १९५४ च्या चीन-भारत कराराच्या संदर्भात लागू करण्यात आली ज्याने तिबेटच्या सार्वभौमत्वाला चीनचा भाग म्हणून मान्यता दिली. या करारामुळे भारत आणि चीनमधील तणाव कमी होण्यास आणि शांततापूर्ण संबंध प्रस्थापित होण्यास मदत झाली.

८) शांतता आणि राजनयाचा प्रचार :

पंचशील तत्त्वे शीतयुद्धाच्या काळात जागतिक शांतता आणि राजनयासाठी भारताच्या व्यापक वचनबद्धतेशी सरेखित आहेत. त्यांनी शांततापूर्ण संघर्ष निराकरण आणि राजनैतिक वाटाघाटींवर भर दिला.

९) आशियाई एकता :

पंचशील कराराने आशियाई एकता वाढवण्यासही हातभार लावला. या तत्त्वांचे पालन करून भारताने इतर आशियाई राष्ट्रांशी आपले संबंध दृढ करण्याचा प्रयत्न केला.

१०) अलिप्ततावादी चळवळ आणि जागतिक राजनय :

पंचशील कराराने मोठ्या महासत्तांशी सरेखन नाकारणाऱ्या राष्ट्रांची युती अलिप्ततावादी चळवळीमध्ये भारताच्या सक्रिय सहभागाचा पाया म्हणून काम केले. अलिप्ततावादी चळवळ, त्याच्या गैर-हस्तक्षेप आणि शांततापूर्ण सहअस्तित्वाच्या तत्त्वांमुळे भारतीय राजनयासाठी एक प्रमुख व्यासपीठ बनले.

११) वासाहतिक राष्ट्रांना मदत :

भारताने पंचशील तत्त्वांचा उपयोग आशिया आणि आफ्रिकेतील राष्ट्रांच्या स्वातंत्र्य चळवळींना आणि निर्वसाहतीकरणास पाठिंबा देण्यासाठी केला. शांततापूर्ण सहअस्तित्व, अहस्तक्षेप आणि सार्वभौमत्वाचा पुरस्कार करून भारताने उपनिवेशमुक्त राष्ट्रांना मदत करण्यात महत्त्वाची भूमिका बजावली.

१२) नि:शस्त्रीकरणासाठी समर्थन :

पंचशील करार भारताच्या नि:शस्त्रीकरण आणि अण्वस्त्र प्रसाराच्या वचनबद्धतेशीही जोडला गेला होता. शांततापूर्ण सहअस्तित्व आणि आक्रमण न करण्यास प्रोत्साहन देऊन, भारताने जागतिक तणाव आणि संघर्षाचा धोका कमी करण्याचा प्रयत्न केला.

१३) आधुनिक प्रासंगिकता :

पंचशील तत्त्वे समकालीन आंतरराष्ट्रीय संबंधांमध्ये, विशेषत: राजनय आणि संघर्ष निराकरण, सार्वभौमत्वाचा आदर आणि शांततापूर्ण सहअस्तित्व यांना चालना देण्याच्या संदर्भात प्रासंगिक आहेत.

३.१.५ भारत चीन युद्ध (१९६२) :

१९६२ चे युद्ध हा भारत-चीन संबंधातील महत्त्वाचा पाडाव मानला जातो. कारण या युद्धाचे भारताच्या इतिहासावर दूरगामी परिणाम झाले. तसेच भारत व चीन यातील संबंध बऱ्याच काळापर्यंत तणावाचे बनले. चीनने पंचशील कराराचा भंग करून भारतावर आक्रमण केले. या युद्धात भारताचा पराभव झाला. त्यामुळे भारताची संरक्षण व्यवस्था प्रश्नांकीत बनली. १९६२ च्या भारत चीन युद्धाची माहिती पुढील मुद्यांच्या आधारे जाणून घेता येईल :

अ) भारत-चीन युद्धाची कारणे :

भारत-चीन युद्धाची कारणे पुढीलप्रमाणे सांगता येतील :

१) तिबेटचा प्रश्न :

चीनने भारत आणि चीनदरम्यान वसलेल्या तिबेट प्रांतावर लष्करी कारवाई करून आपले नियंत्रण प्रस्थापित केले. एक स्वतंत्र आणि शांतताप्रेमी राष्ट्र म्हणून अडीच हजार वर्षांपासून तिबेटचे असलेले अस्तित्व ऑक्टोबर १९५० मध्ये संपुष्टात आले. चीनच्या या लष्करी कारवाईचा भारताने विरोध केला. भारत, चीन आणि रशिया या तीन मोठ्या राष्ट्रांमध्ये तिबेटचे भौगोलिक स्थान असून संपूर्ण दक्षिण आणि दक्षिण-पूर्व आशियावर देखरेख ठेवण्यासाठी तिबेटचा उपयोग होऊ शकतो. त्याचबरोबर दक्षिण आशियातून वाहणाऱ्या प्रमुख नद्यांचे उगमस्थान तिबेटमध्ये आहे. त्यामुळे तिबेट मुक्त, स्वतंत्र राष्ट्र असणे भारताच्या हिताचे होते. भारत आणि तिबेट दरम्यान

३५२० कि. मी. सीमारेषा असून, चीनच्या तिबेटवरील अधिपत्यामुळे या सीमेचे रक्षण करणे भारतासाठी अवघड बनले. भारताच्या सुरक्षिततेस यातून धोका निर्माण झाला. तसेच तिबेटचे धर्मगुरु दलाई लामा यांना भारताने संरक्षण दिल्यामुळे भारत चीनच्या विरोधात तिबेटला मदत करतो आहे असा आरोप चीनकडून केला जातो. थोडक्यात, या तिबेटच्या प्रश्नामुळे भारत-चीन संबंध तणावपूर्वक बनलेले दिसतात.

२) **सीमारेषेसंबंधीचा वाद :**

१९५५ नंतर सीमावादाचा प्रश्न भारत आणि चीनमध्ये तणावपूर्ण बनला. चीनच्या विस्तारवादी भूमिकेमुळे चीनने भारतासोबत सीमारेषेबाबत वाद उकरून काढण्यास सुरुवात केली. चीनकडून प्रकाशित झालेल्या काही नकाशांमधील भारताच्या हद्दीतील बराच मोठा भाग चीनने आपल्या सीमारेषेत दाखवला होता. चीनी नेते चाऊ-एन-लाय यांनी स्पष्ट केले की, भारत आणि चीन दरम्यानची सीमारेषा औपचारिकपणे अधोरेखित करण्यात आलेली नाही. याच काळात चीनने लडाख आणि नेफा क्षेत्रात आपले सैन्य पाठवून घुसखोरी करण्यास सुरुवात केली. भारतीय हद्दीतील काही क्षेत्रावर ताबा मिळविला चीनच्या या घुसखोरीचा भारताने स्पष्ट विरोध केला. हा प्रश्न सोडविण्यासाठी युनोच्या सहाय्याने एक सीमारेषा निश्चित करण्यात आली, त्यास मॅकमोहन सीमारेषा म्हणतात. चीनने १९६० मध्ये उघडपणे घोषणा केली. चीनला भारत-चीन दरम्यानची मॅकमोहन रेषा मान्य नाही. त्यामुळे भारत व चीन दरम्यानचा सीमारेषाविषयक हा प्रश्न अजूनपर्यंत अनुत्तरीत राहिला आहे.

ब) **भारत-चीन युद्धाचे स्वरूप :**

सीमावादाच्या प्रश्नावरून चीनने भारतावर १९६२ मध्ये अचानक आक्रमण केले. या युद्धात चीनने भारताचा पराभव केला. कारण चीनची लष्करी क्षमता भारतापेक्षा जास्त होती. चीनने युद्धादरम्यान भारताच्या हद्दीतील लडाखचा मोठा भूभाग गीळंकृत केला. या युद्धात चीनने भारताचा जम्मू-काश्मिर राज्यातील ४८.१८० स्वेअर कि. मी. भाग हडपला. त्याला अक्साई चीन असे म्हणतात. चीनने भारताचा पराभव करत एकतर्फी युद्ध समाप्ती जाहीर केली. या युद्धाच्या पाठीमागे चीनची भूमिका भारताचे खच्चीकरण घडवून आणण्याची होती. भारत-चीन दरम्यानच्या या युद्धामुळे या दोन देशांतील संबंध अधिकच बिकट स्वरूपाचे बनले. यातून चीनची भारताप्रती असणारी दुटप्पी भूमिका समोर आली.

क) **भारत-चीन युद्धाचे परिणाम :**

भारत-चीन युद्धाचे परिणाम पुढीलप्रमाणे सांगता येतील :

१) **भारताचे राजकीय व प्रादेशिक खच्चीकरण :**

या युद्धामुळे भारताचे मोठ्या प्रमाणावर राजकीय व प्रादेशिक खच्चीकरण घडून आले. कारण युद्धातील पराभवामुळे भारताची प्रतिमा डागाळली. भारताचे अलिप्तता धोरण देखील प्रश्नांकित झाले. भारताचा बराचसा प्रदेश चीनने बळकावला. त्यामुळे प्रादेशिक खच्चीकरण झाले. भारतीय जनतेच्या मनात चीनविषयी एक प्रकारचा भयगंड आणि आकस निर्माण झाला.

२) **संरक्षण व्यवस्थेवर प्रश्नचिन्ह :**

पंडित नेहरूंनी भारताच्या लष्करी व आण्विक संरक्षणात वाढ घडवून आणण्याकडे फारसे लक्ष दिले नाही. युद्धातील पराभवामुळे भारताच्या संरक्षण व्यवस्थेवर प्रश्नचिन्ह निर्माण झाले. मुलभूत हितसंबंधांचा संघर्ष असेल, तर आदर्शात्मक शांततावादाची व राजनिक प्रतिमेची चिलखत संरक्षण देवू शकत नाही, याची भारतास जाणीव झाली. त्यामुळे भारताने आपल्या संरक्षण व्यवस्थेस प्रभावी बनविण्यावर भर दिला.

३) भारत–चीन संबंधांत कटुता :

युद्धामुळे भारत–चीन संबंधांत कटुता निर्माण झाली. १९६२ पासून १९७५ पर्यंत भारत व चीन यातील राजकीय संवाद प्रक्रिया बंद होती. तसेच या दोन राष्ट्रांतील सर्व पातळ्यांवरील संबंध या काळात संपुष्टात आले होते. तणावपूर्ण संबंधांमुळे परस्परांबद्दलचा अविश्वास वाढीस लागला.

४) चीनच्या प्रभावात वाढ :

चीनने युद्धात भारताचा पराभव केल्यामुळे आशिया खंडात चीनचा प्रभाव वाढला. भारताविरोधात चीनने पाकिस्तानला मदत करण्यास सुरूवात केली. आग्नेय आशियातील इंडोनेशिया व दक्षिण आशियातील श्रीलंका ही राष्ट्रे सुद्धा या प्रभावामुळे भारताशी वितुष्टाने वागू लागली. आफ्रिका खंडातील काही राष्ट्रे देखील अशाच प्रकारे चीनच्या प्रभावाखाली गेली आणि भारताच्या आंतरराष्ट्रीय प्रभावाला धोका निर्माण झाला.

अशा प्रकारे भारत–चीन युद्धामुळे भारताच्या परराष्ट्र धोरणास कलाटणी प्राप्त झाली. पंडित नेहरूंचे पंचशील धोरण अपयशी ठरले. भारतातील अंतर्गत राजकारण देखील या युद्धामुळे प्रभावित झाले. भारताचे तत्कालीन परराष्ट्र मंत्री कृष्ण मेनन यांना राजीनामा द्यावा लागला.

३.१.६ भारताच्या परराष्ट्र धोरणाच्या उदारमतवादी टप्प्यात पंडित नेहरूंची भूमिका :

दुसऱ्या महायुद्धाच्या समाप्तीनंतर जगाची दोन गटात विभागणी झालेली होती, मात्र भारत आणि अन्य विकसनशील राष्ट्रांनी कोणत्याही एका गटात समाविष्ट न होता अलिप्ततावादाचा गटनिरपेक्षतेचा पुरस्कार केला. स्वातंत्र्योत्तर भारतात ते परराष्ट्र धोरण तयार करण्यात आले त्यात जागतिक शांतता, सहकार्य, शांततामय सहजीवन, अलिप्ततावादाचा पुरस्कार आदी तत्त्वांचा आधार घेण्यात आला. स्वातंत्र्य प्राप्तीनंतर भारताच्या परराष्ट्र धोरणाचे शिल्पकार म्हणून पंडित नेहरुंनाच ओळखले जाते. देशाचे परराष्ट्र धोरण कशा प्रकारचे असावे याविषयी नेहरुंच्या कल्पना अतिशय स्पष्ट होत्या. कोणत्याही राष्ट्राचे परराष्ट्र धोरण हे देशाच्या राजकीय हितसंबंधावर आधारित असते. परराष्ट्र धोरणात जसे राजकीय हितसंबंध असतात तसेच आर्थिक हितसंबंध देखील असतात. परराष्ट्र धोरण हे मूठभर लोकांच्या कल्पनाशक्तीतून उदयाला येत नसून भौगोलिक, राजकीय, आर्थिक घटकांचाही त्यात समावेश असतो अशी पंडित नेहरुंची स्पष्ट धारणा होती. १९५२ ते १९६४ या कालाखंडात पंडित नेहरु यांनी परराष्ट्र धोरण तयार केले. नेहरुंचे परराष्ट्र धोरण ज्या मुख्य चार तत्त्वांवर आधारलेले होते त्याची माहिती पुढीलप्रमाणे :

१) साम्राज्यवादाला विरोध :

पाश्चात्त्यांच्या साम्राज्यवादी धोरणाला जे देश बळी पडले त्यापैकी भारत हा एक देश होता. भारताचे नेते म्हणून नेहरुंचा इंग्रजांच्या राजवटीला विरोध होता. भारतातून परकीयांची राजवट नष्ट व्हावी इतपतच त्यांचे विचार मर्यादित नव्हते तर संपूर्ण जगातून साम्राज्यवाद नष्ट व्हावा, वसाहतवाद संपुष्टात यावा अशी नेहरुंची धारणा होती. स्वांतत्र्यपूर्वकाळात आणि स्वातंत्र्यप्राप्तीनंतरही नेहरुंनी साम्राज्यवाद आणि वसाहतवाद यांचे समूळ उच्चाटन करण्याची आवश्यकता प्रतिपादन केलेली होती. जगातून साम्राज्यवाद जोपर्यंत नष्ट होणार नाही तोपर्यंत मानवजातीचा सर्वांगीण विकास होणार नाही. जगात शांततेची स्थापना होणार नाही अशी नेहरुंची स्पष्ट धारणा होती. नेहरुंनी जे परराष्ट्र धोरण तयार केले त्यात साम्राज्यवादाला विरोध या तत्त्वांचा अंतर्भाव केला. साम्राज्यवादाचे आणि वसाहतवादाचे दुष्परिणाम आफ्रो – आशियाई देशांना भोगावे लागत होते. भारताला स्वातंत्र्य मिळाल्यानंतरही अनेक आशियाई–आफ्रिकन देश परकीयांच्याच जोखडाखाली होते. त्यांना स्वातंत्र्य देण्यात यावे अशी मागणी परराष्ट्र धोरणाच्या माध्यमातून नेहरुंनी केली. थोडक्यात, साम्राज्यवाद आणि वसाहतवादाला विरोध हे नेहरुंच्या परराष्ट्र धोरणाचे मुख्य तत्त्व होते.

२) जागतिक शांतता :

पंडित नेहरुंनी परराष्ट्र धोरणात जागतिक शांतता या तत्त्वाचा अंतर्भाव केला. जागतिक शांततावाद हे नेहरुंच्या परराष्ट्र धोरणाचे एक प्रमुख तत्त्व होते. राष्ट्राराष्ट्रातील संघर्ष युद्धाच्या मार्गाने न सोडविता शांततेच्या आणि विचार विनिमयाच्या मार्गाने सोडवावेत व ते सोडविता येतात यावर नेहरुंचा ठाम विश्वास होता. पंडित नेहरुंनी परराष्ट्र धोरणात जागतिक शांतता या तत्त्वाला अतिशय महत्त्व दिलेले होते. भारताला जेव्हा स्वातंत्र्य मिळाले तेव्हापासून नेहरुंनी शांततेच्या धोरणाचा पुरस्कार केलेला होता. नेहरुंनी परराष्ट्र धोरणात ज्या जागतिक शांततेचा पुरस्कार केला त्यामागे केवळ तात्त्विक भूमिका नव्हती तर व्यवहारवादी दृष्टिकोनही होता. नेहरुंनी आपल्या परराष्ट्र धोरणात जागतिक शांततेच्या पुरस्कार केवळ राजकीय कारणासाठी केलेला नव्हता तर आंतरराष्ट्रीय सहकार्य प्रस्थापित करणे, जागतिक शांततेच्या तत्त्वाचा परराष्ट्र धोरणात अंतर्भाव करणे ही भूमिका होती. पंडित नेहरुंनी जागतिक शांततेचा पुरस्कार करताना आंतरराष्ट्रवादाचा देखील अंतर्भाव परराष्ट्र धोरणात केला. थोडक्यात, जागतिक शांततेचा पुरस्कार हे तत्त्व नेहरुंच्या परराष्ट्र धोरणातील एक मुख्य तत्त्व होते.

३) पंचशील तत्त्वांचा अंतर्भाव :

नेहरुंनी परराष्ट्र धोरणात पंचशील तत्त्वांचा अंतर्भाव केला होता. आंतरराष्ट्रीय संबंधाच्या संदर्भात नेहरुंनी ज्या तत्त्वांचा पुरस्कार केला त्यांना पंचशील तत्त्वे असे म्हणतात. पंचशील तत्त्वे म्हणजे नेहरुंच्या परराष्ट्र धोरणाचा मुख्य आधार होता असे मानले जाते. नेहरुंच्या परराष्ट्र धोरणातील पंचशील तत्त्वे पुढीलप्रमाणे होती.

अ) प्रादेशिक एकात्मता व सार्वभौमत्व :

परस्परांच्या प्रादेशिक एकात्मतेबद्दल आणि सार्वभौमत्वाबद्दल परस्परांनी आदरभाव बाळगणे.

ब) अनाक्रमण :

कोणत्याही राष्ट्राने कोणत्याही राष्ट्रावर आक्रमण करणे.

क) राष्ट्रीय हित :

राष्ट्रीय समानतेचे तत्त्व प्रमाणभूत मानून दुसऱ्या राष्ट्राचे अधिकाधिक हित कसे साधता येईल याचाच विचार करणे, थोडक्यात राष्ट्रीय हिताला प्राधान्य देणे.

ड) निर्हस्तक्षेप :

कोणत्याही राष्ट्राने दुसऱ्या राष्ट्राच्या अंतर्गत कारभारात हस्तक्षेप न करणे.

इ) शांततामय सहजीवन :

शांततामय सहजीवन व आर्थिक सहकार्य या तत्त्वांचा स्वीकार करणे. पंडित नेहरुंनी आपल्या परराष्ट्र धोरणात ज्या पंचशील तत्त्वांचा अंतर्भाव केला त्यातून आंतरराष्ट्रीय शांतता, सहकार्य, सुरक्षा प्रत्यक्ष वा अप्रत्यक्षपणे व्यक्त होते. प्रत्येक राष्ट्राने आपल्या परराष्ट्र धोरणात पंचशील तत्त्वांचा अंतर्भाव करावा असे नेहरुंनी स्पष्ट केलेले होते. पंचशील तत्त्वांच्या माध्यमातूनच आंतरराष्ट्रीय शांतता आणि सहकार्य प्रस्थापित होऊ शकते अशी नेहरुंची ठाम धारणा होती. थोडक्यात, पंचशील तत्त्वांचा तात्त्विक आणि व्यावहारिक दृष्टिकोनातून केलेला स्वीकार हे नेहरुंच्या परराष्ट्र धोरणाचे वैशिष्ट्ये मानले जाते.

४) अलिप्ततावादाचा पुरस्कार :

पंडित नेहरुंच्या परराष्ट्र धोरणाचे वैशिष्ट्य म्हणजे त्यांनी परराष्ट्र धोरणात अलिप्ततावाद किंवा गटनिरपेक्षता या तत्त्वांचा अंतर्भाव केला. गटनिरपेक्षता किंवा अलिप्ततावाद हे पंडित नेहरुंच्या परराष्ट्र धोरणाचे महत्त्वपूर्ण सूत्र आहे.

दुसऱ्या महायुद्धानंतर जगाचे साम्राज्यवादी आणि साम्यवादी अशा दोन गटात विभाजन झालेले होते. १९४७ ते १९५० नंतरच्या काळात जी राष्ट्रे उदयाला आली त्यावर दोन्ही महाशक्तींनी आपला प्रभाव पाडण्याचा, नवोदित राष्ट्रांना आपल्या गटात समाविष्ट करुन घेण्याचा सपाटा चालविला होता. याला प्रत्युत्तर म्हणून पंडित नेहरुंनी कोणत्याही नवोदित राष्ट्राने कोणत्याही एका गटात समाविष्ट न होता आपले अस्तित्व टिकवावे या दृष्टिकोनातून अलिप्ततावादाचा, गटनिरपेक्षतेचा पुरस्कार केला. आपला जलद आर्थिक विकास साधायचा असेल तर महाशक्तींची मदत घेण्यात काहीच गैर नाही, मात्र कोणत्याही महाशक्तीचे राजकीय, सामाजिक, आर्थिक वर्चस्व मान्य करायचे नाही अशी नेहरुंची तात्त्विक भूमिका होती. थोडक्यात, नेहरुंनी परराष्ट्र धोरणात अलिप्ततावादाचा अंतर्भाव करुन 'परराष्ट्र धोरण' या संकल्पनेला नवीन आयाम दिला.

३.२ वास्तववादी अवस्था (१९६७–१९९०) :

भारतीय परराष्ट्र धोरणातील १९६७ ते १९९० हा काळ अनेकदा वास्तववादी टप्पा म्हणून ओळखला जातो, जो पूर्वीच्या आदर्शवादी टप्प्यापेक्षा वेगळा होता. बदलत्या जागतिक परिप्रेक्षामधील जटिल आव्हाने आणि संधींकडे व्यावहारिक व सूक्ष्म दृष्टिकोनातून धोरणे ठरविण्यातून ही अवस्था आकारास आली. वास्तववादी टप्प्यात, भारताला १९६२ च्या भारत–चीन युद्धाच्या आणि १९६५ च्या भारत–पाक युद्धाच्या आठवणींचा उजाळा मिळाल्याने, विशेषतः त्याच्या शेजारील चीन आणि पाकिस्तानकडून सुरक्षाविषयक समस्यांचा सामना करावा लागला. यामुळे राष्ट्रीय सुरक्षा आणि संरक्षण सज्जतेकडे लक्ष केंद्रित करण्यात लक्षणीय बदल झाला.

१९७१ मध्ये सोव्हिएत युनियनबरोबर शांतता, मैत्री आणि सहकार्य करारावर स्वाक्षरी करणे ही प्रमुख घडामोडींपैकी एक होती. हा करार बांगलादेश मुक्ती युद्धातील भारताच्या भूमिकेबद्दलच्या सामायिक चिंतेमुळे आकारास आला. भारताच्या परराष्ट्र धोरणाची गतीशीलता घडवण्यात या युतीने महत्त्वपूर्ण भूमिका बजावली. १९७४ मध्ये पोखरण येथे यशस्वी अणुचाचणीमुळे भारताच्या आण्विक धोरणातही वास्तववादी टप्प्यात लक्षणीय बदल झाला, ज्याने आण्विक आव्हानांनी चिन्हांकित केलेल्या प्रदेशात भारताच्या विश्वासार्ह प्रतिबंधाची आवश्यकता दर्शविली. आर्थिकदृष्ट्या भारताने उदारीकरण आणि जागतिकीकरणाच्या प्रयत्नांना सुरुवात केली, ज्याने आर्थिक सुधारणा आणि विदेशी गुंतवणुकीसाठी खुले करण्याच्या दिशेने एक धोरणात्मक केंद्र चिन्हांकित केले. हे आर्थिक बदल भारताच्या परराष्ट्र धोरणाच्या उद्दिष्टांमध्ये केंद्रस्थानी बनले.

३.२.१ वास्तववादी टप्प्याची वैशिष्ट्ये :

१९६७–१९९० हा भारतीय परराष्ट्र धोरणाचा वास्तववादी टप्पा अनेक प्रमुख वैशिष्ट्यांनी चिन्हांकित करता येईल :

१) आदर्शवादाकडून वास्तववादाकडे स्थित्यंतर :

भारताने आपल्या पूर्वीच्या आदर्शवादी आणि शांततापूर्ण सहअस्तित्वाच्या भूमिकेतून सुरक्षिततेच्या समस्या आणि आर्थिक विचारांमुळे अधिक व्यावहारिक व वास्तववादी दृष्टिकोनाकडे या टप्प्यात संक्रमण केले.

२) सुरक्षेला प्राधान्य :

चीन आणि पाकिस्तानसोबतच्या मागील संघर्षांमुळे राष्ट्रीय सुरक्षेला सर्वोच्च प्राधान्य मिळाले. भारताने आपली संरक्षण क्षमता आणि लष्करी आधुनिकीकरण वाढवण्याचे उद्दिष्ट ठेवले आहे.

३) सोव्हिएत रशियाशी युती :

भारताने १९७१ मध्ये सोव्हिएत रशियासोबत शांतता, मैत्री आणि सहकार्य करारावर स्वाक्षरी केली, शीतयुद्धाच्या काळात सोव्हिएत रशियासोबत जवळीक केली आणि आपली धोरणात्मक स्थिती मजबूत केली.

४) आर्थिक उदारीकरण :

आर्थिक सुधारणा आणि उदारीकरणाचे प्रयत्न सुरू करण्यात आले, ज्यामुळे भारताच्या सीमा परदेशी गुंतवणूक आणि आंतरराष्ट्रीय आर्थिक सहकार्यासाठी खुल्या झाल्या.

५) दक्षिण आशियाई वर्चस्व :

भारताने दक्षिण आशियामध्ये आपले वर्चस्व प्रस्थापित करण्याचा प्रयत्न केला आणि प्रादेशिक सहकार्याला चालना देण्यासाठी सार्कच्या निर्मितीमध्ये प्रमुख भूमिका बजावली.

६) संतुलित राजनय :

पूर्व (सोव्हिएत रशिया) आणि पश्चिम (अमेरिका, युरोप) या दोन्ही देशांशी अलिप्त राहून भारताने आंतरराष्ट्रीय संबंधांमध्ये संतुलित दृष्टिकोनाचा अवलंब केला.

७) तांत्रिक प्रगती :

अंतराळ संशोधन आणि माहिती तंत्रज्ञानामध्ये भारताने तांत्रिक पराक्रमाचे प्रदर्शन करून लक्षणीय प्रगती केली.

८) आण्विक प्रतिबंध :

भारताच्या १९७४ च्या अणुचाचणीने विश्वासार्ह प्रतिबंध राखण्याच्या दिशेने आण्विक धोरणात बदल केला.

९) बहुपक्षीय राजनय :

भारताने संयुक्त राष्ट्रांच्या शांतता मोहिमांमध्ये सक्रिय सहभाग घेतला आणि बहुपक्षीय राजनयाला प्रोत्साहन दिले.

१०) युतीचे विविधीकरण :

भारताने आपल्या राजनैतिक आघाड्यांमध्ये विविधता आणली, सोव्हिएत रशियावरील अनन्य अवलंबनापासून दूर जात अधिक संतुलित परराष्ट्र धोरणाचा अवलंब केला.

३.२.२ वास्तववादी टप्प्यातील प्रमुख घटना :

१९६७-१९९० हा भारतीय परराष्ट्र धोरणाचा वास्तववादी टप्पा अनेक प्रमुख घटना आणि घडामोडींनी चिन्हांकित केला गेला.

१) भारत-रशिया करार (१९७१) :

भारताने सोव्हिएत रशिया सोबत शांतता, मैत्री आणि सहकार्य करारावर स्वाक्षरी केली, ही मैत्री वास्तववादी टप्प्यात भारताच्या परराष्ट्र धोरणाला आकार देण्यात महत्त्वाची भूमिका बजावत होती.

२) बांगलादेश मुक्ती युद्ध (१९७१) :

बांगलादेश मुक्ती युद्धाला पाठिंबा देण्यात भारताने महत्त्वपूर्ण भूमिका बजावली, ज्यामुळे बांगलादेश स्वतंत्र राष्ट्र म्हणून निर्माण झाला आणि भारताचा प्रादेशिक प्रभाव मजबूत झाला.

३) १९७४ पोखरण अणुचाचणी :

भारताने आपली पहिली यशस्वी अणुचाचणी केली, ज्याला स्मायलिंग बुद्ध म्हणून ओळखले जाते, जे भारताच्या आण्विक धोरणातील बदल आणि विश्वासार्ह आण्विक प्रतिबंधक विकासाचे संकेत देते.

४) आर्थिक उदारीकरण (१९८०) :

भारताने १९८० च्या दशकात आर्थिक सुधारणा आणि उदारीकरण सुरू केले, अर्थव्यवस्था परदेशी गुंतवणुकीसाठी खुली केली आणि आर्थिक परिवर्तनाची प्रक्रिया सुरू केली.

५) दक्षिण आशियाई प्रादेशिक सहकार्य संघटनेची (SAARC) निर्मिती :

दक्षिण आशियामध्ये सहकार्य आणि विकासाला चालना देण्याच्या उद्देशाने सार्क या प्रादेशिक संघटनेच्या स्थापनेत भारताने महत्त्वपूर्ण भूमिका बजावली.

६) भारत–श्रीलंका करार (१९८७) :

भारताची प्रादेशिक प्रतिबद्धता प्रतिबिंबित करून देशातील वांशिक संघर्ष सोडविण्याच्या प्रयत्नात भारताने श्रीलंकेशी करार केला.

७) महासत्तांशी संतुलित राजनय :

संतुलित राजनैतिक दृष्टीकोन दाखवून भारताने पूर्व आघाडी म्हणजे सोव्हिएत रशिया आणि अनेरिकाप्रणित पश्चिम आघाडी या शक्तींशी सक्रियपणे सहभाग घेतला.

८) संयुक्त राष्ट्र शांतता मोहिम :

बहुपक्षीय राजनय आणि संघर्ष निराकरणासाठीच्या वचनबद्धतेचे उदाहरण देत, भारत संयुक्त राष्ट्र शांती मोहिमांमध्ये एक प्रमुख योगदानकर्ता बनला.

९) राजनैतिक आघाडीचे विविधीकरण :

भारताने आपल्या राजनैतिक आघाड्यांमध्ये विविधता आणली, कोणत्याही एका महासत्तेवर किंवा गटावरील आपले अवलंबित्व कमी केले आणि जागतिक राजनैतिक पोहोच वाढवली.

१०) तांत्रिक प्रगती :

भारताने अंतराळ संशोधन आणि माहिती तंत्रज्ञानामध्ये महत्त्वपूर्ण टप्पे गाठले आणि आपली तांत्रिक क्षमता मजबूत केली.

३.२.३ भारत–पाक युद्ध (१९७१) :

१९७१ चे भारत–पाकिस्तान युद्ध हा एक महत्त्वपूर्ण संघर्ष होता ज्यामुळे बांगलादेशची निर्मिती झाली आणि भारतीय उपखंडात मोठे प्रादेशिक बदल झाले.

१) पार्श्वभूमी :

पूर्व पाकिस्तान (आताचा बांगलादेश) आणि पश्चिम पाकिस्तान (सध्याचा पाकिस्तान) या एकाच राष्ट्रामध्ये पाकिस्तानमधील दीर्घकाळ चाललेल्या राजकीय, जातीय आणि भाषिक तणावात या युद्धाचे मूळ होते.

२) बंगाली राष्ट्रवाद :

पूर्व पाकिस्तानला एक वेगळी बंगाली ओळख होती आणि त्यांनी अधिक स्वायत्तता मागितली. व्यापक भेदभाव आणि आर्थिक विषमता यांनी बंगाली राष्ट्रवादाला आणखी चालना दिली.

३) मार्च १९७१ :

मार्च १९७१ मध्ये पाकिस्तानी सैन्याने पूर्व पाकिस्तानमधील बंगाली स्वातंत्र्य चळवळ दडपण्यासाठी लष्करी कारवाई सुरू केली तेव्हा संघर्ष वाढला.

४) भारतीय समर्थन :

पूर्व पाकिस्तानातील संकटामुळे भारतात मोठ्या प्रमाणात निर्वासितांचा ओघ आला आणि भारताने मुक्ती वाहिनी (बंगाली प्रतिकार सैनिक) यांना मानवतावादी सहाय्य आणि प्रशिक्षण देऊन बंगाली समस्येला उघडपणे पाठिंबा दिला.

५) भारत–पाक संघर्ष :

३ डिसेंबर १९७१ रोजी पाकिस्तानने पश्चिम क्षेत्रामधील भारतीय हवाई तळांवर पूर्वनियोजित हवाई हलले सुरू केले. प्रत्युत्तर म्हणून, ३ डिसेंबर १९७१ रोजी भारताने बंगाली राष्ट्रवादीच्या बाजूने अधिकृतपणे युद्धात प्रवेश केला.

६) अमेरिका आणि रशियाची भूमिका :

अमेरिकेने पाकिस्तानला पाठिंबा दिला, तर सोव्हिएत रशियाने भारताला पाठिंबा दिला. या संघर्षाने शीतयुद्धाच्या काळातील महासत्तेच्या प्रतिस्पर्ध्यावर प्रकाश टाकला.

७) लष्करी मोहिमा :

युद्धाने पश्चिम आणि पूर्व दोन्ही आघाड्यांवर अनेक लष्करी मोहिमा पाहिल्या. पूर्वेला, भारतीय सैन्याने मुक्ती वाहिनीसह पाकिस्तानी सैन्यावर मोठे आक्रमण केले.

८) ढाका आत्मसमर्पण :

१६ डिसेंबर १९७१ रोजी पूर्व पाकिस्तानची राजधानी ढाका येथे पाकिस्तानी सैन्याने आत्मसमर्पण केल्याने युद्धाचा शेवट झाला. या घटनेने संयुक्त भारतीय आणि बंगाली सैन्याच्या विजयास चिन्हांकित केले.

९) बांगलादेश स्वातंत्र्य :

या युद्धामुळे बांगलादेश या स्वतंत्र राष्ट्राची निर्मिती झाली. १६ डिसेंबर १९७१ रोजी, बांग्लादेशचा जन्म अधिकृतपणे झाला, भारत हे त्याचे स्वातंत्र्य मान्य करणाऱ्या देशांपैकी एक होते.

१०) प्रादेशिक बदल :

युद्धामुळे महत्त्वपूर्ण प्रादेशिक बदल देखील झाले. बांगलादेश बनलेल्या पूर्व पाकिस्तानातील पाकिस्तानी भूभागावर भारताने ताबा मिळवला. या संघर्षाचा काश्मीर प्रदेशाच्या स्थितीवरही परिणाम झाला.

११) अपघात आणि मानवतावादी संकट :

युद्धात लक्षणीय जीवितहानी झाली आणि मानवतावादी संकटे समोर आली. संघर्षामुळे लाखो लोकांचे विस्थापन झाले आणि दोन्ही बाजूंनी अत्याचार केले गेले.

१२) सिमला करार (१९७२) :

१९७२ मध्ये स्वाक्षरी झालेल्या सिमला करारामुळे भारत आणि पाकिस्तानमधील संबंध सामान्य होण्यास मदत झाली. कराराने काश्मीरमध्ये नियंत्रण रेषा (एलओसी) स्थापित केली आणि युद्ध कैद्यांची सुटका करण्याची मागणी केली.

१३) दीर्घकालीन प्रभाव :

१९७१ च्या युद्धाचा दक्षिण आशियातील राजकीय आणि प्रादेशिक गतिशीलतेवर कायमचा प्रभाव पडला. याने भू-राजकीय नकाशाचा आकार बदलला आणि प्रदेशातील सत्ता-संतुलनात लक्षणीय बदल केला.

३.२.४ पोखरण अणुचाचणी (१९७४) :

१८ मे १९७४ रोजी भारताने घेतलेली पोखरण-१ अणुचाचणी ही भारताच्या आण्विक इतिहासातील एक महत्त्वाची घटना आहे.

१) शांततापूर्ण परमाणु स्फोट (PNE) :

भारताने १९७४ च्या अणुचाचणीचे वर्णन शांततापूर्ण अणुस्फोट असे केले होते आणि ते शांततापूर्ण हेतूने आयोजित केले गेले होत. ऊर्जा निर्मितीसारख्या नागरी अनुप्रयोगांसाठी आण्विक तंत्रज्ञानाचा शोध घेण्यासाठी ही चाचणी घेण्यात आली.

२) संदर्भ :

शीतयुद्धाच्या काळात ही चाचणी घेण्यात आली होती आणि ती जागतिक धोरणात्मक आणि सुरक्षा वातावरणाला प्रतिसाद होती. विशेषत: १९६२ च्या भारत-चीन युद्ध आणि १९७१ च्या भारत-पाकिस्तान युद्धानंतर भारताला प्रादेशिक सुरक्षाविषयक समस्यांचा सामना करावा लागला.

३) स्माइलिंग बुद्धा :

चाचणीचे सांकेतिक नाव स्माइलिंग बुद्धा असे होते. हे वायव्य भारतातील राजस्थानच्या थार वाळवंटातील पोखरण चाचणी रेंज येथे आयोजित करण्यात आले होते.

४) विखंडन सामग्री :

चाचणीमध्ये प्लुटोनियमचा विखंडन सामग्री म्हणून वापर करण्यात आला. त्याचे उत्पादन अंदाजे ८-१२ किलोटन होते.

५) आंतरराष्ट्रीय प्रतिक्रिया :

या चाचणीवर संमिश्र आंतरराष्ट्रीय प्रतिक्रिया उमटल्या. अनेक देशांनी, विशेषतः अमेरिका आणि कॅनडा यांनी चिंता व्यक्त केली तसेच त्यानंतर आण्विक सामग्री आणि तंत्रज्ञानाच्या निर्यातीवर नियंत्रण ठेवण्यासाठी अणु पुरवठादार गट (NSG) स्थापन करण्यात आला.

६) आण्विक राजनय :

भारताने आण्विक निःशस्त्रीकरणाच्या वचनबद्धतेवर आणि विश्वासार्ह आण्विक प्रतिबंधाच्या गरजेवर भर देऊन चाचणीचे समर्थन केले. त्यात जागतिक नि:शस्त्रीकरण, अप्रसार आणि पुढील अणुचाचणी थांबवण्याचा पाठपुरावा करण्यात आला.

७) अप्रसार करार (NPT) आणि व्यापक अणु-चाचणी-बंदी करार (CTBT) :

पोखरण-१ चाचणीने अप्रसार करार (NPT) आणि व्यापक अणु-चाचणी-बंदी करार (CTBT) यांच्या आसपासच्या चर्चेबाबत गुंतागुंत वाढवली. या करारांवरील भारताच्या भूमिकेवर त्याच्या सुरक्षेच्या चिंतेमुळे आणि अण्वस्त्रधारी राष्ट्रांनी आण्विक निःशस्त्रीकरणात प्रगती न केल्यामुळे प्रभावित झाले.

८) राष्ट्रीय गौरव :

भारतातील अनेकांनी या चाचणीकडे राष्ट्रीय अभिमानाचे स्त्रोत आणि भारताच्या वैज्ञानिक व तांत्रिक क्षमतांचे प्रदर्शन म्हणून पाहिले.

९) आण्विक सिद्धांत :

भारताच्या अण्वस्त्र सिद्धांताला आकार देण्यात या चाचणीने भूमिका बजावली, ज्यामध्ये प्रथम वापर नाही धोरणाची वचनबद्धता समाविष्ट होती आणि भारत केवळ अण्वस्त्र हल्ल्याचा बदला घेण्यासाठी अण्वस्त्रांचा वापर करेल यावर भर दिला.

१०) १९९८ पोखरण-II चाचणी :

भारताने मे १९९८ मध्ये त्याच पोखरण चाचणी रेंजवर अणुचाचण्यांची मालिका केली, ज्याला पोखरण-खख म्हणून ओळखले जाते. या चाचण्यांमध्ये विखंडन आणि थर्मोन्यूक्लियर दोन्ही उपकरणांचा समावेश होता. यामुळे भारताची अण्वस्त्रधारी राष्ट्र म्हणून औपचारिक घोषणा झाली.

३.२.५ श्रीलंकेतील भारतीय शांतता रक्षक दल :

भारतीय शांतता रक्षक दल (IPKF) हा श्रीलंकेतील विशेषतः उत्तर आणि पूर्व प्रांतांमध्ये चालू असलेल्या वांशिक संघर्षाचे निराकरण करण्यासाठी १९८० च्या उत्तरार्धात भारताने केलेला लष्करी हस्तक्षेप होता.

१) पार्श्वभूमी :

श्रीलंकेत सिंहली-बहुसंख्य होते आणि त्यांचे सरकार होते तर तमिळ अल्पसंख्याक होते, यांच्यात दीर्घकाळापासून जातीय संघर्ष सुरू होता, ज्याचे नेतृत्व प्रामुख्याने लिबरेशन टायगर्स ऑफ तमिळ इलम (LTTE) करत होते. हा संघर्ष गृहयुद्धात रूपांतरित झाला, ज्यामुळे व्यापक हिंसाचार आणि अस्थिरता निर्माण झाली होती.

२) भारत–श्रीलंका करार (१९८७) :

भारत सरकारच्या मध्यस्थीने जुलै १९८७ मध्ये भारत आणि श्रीलंका यांनी भारत–श्रीलंका करारावर स्वाक्षरी केली. तामिळ बहुसंख्य उत्तर आणि पूर्व प्रांतांना अधिक स्वायत्तता देऊन तसेच तमिळ तक्रारींचे निराकरण करून वांशिक संघर्षाचे निराकरण करण्याचा या कराराचा उद्देश आहे.

३) भारतीय शांतता रक्षक दल (IPKF) तैनात :

कराराचा एक भाग म्हणून, भारत सरकारने कराराच्या अंमलबजावणीवर देखरेख करण्यासाठी, लिबरेशन टायगर्स ऑफ तमिळ इलम (LTTE) नि:शस्त्र करण्यासाठी आणि शांतता राखण्यासाठी भारतीय शांतता रक्षक दल श्रीलंकेला पाठवले.

४) आव्हाने आणि संघर्ष :

श्रीलंकेत भारतीय शांतता रक्षक दलाच्या उपस्थितीवर संमिश्र प्रतिक्रिया उमटल्या. शांतता प्रस्थापित करण्याचे उद्दिष्ट असताना, त्याला LTTE कडून प्रतिकाराचा सामना करावा लागला आणि विविध तमिळ अतिरेकी गटांच्या विरोधाचा सामना करावा लागला. यामुळे IPKF आणि LTTE यांच्यात लक्षणीय लष्करी संघर्ष वाढला.

५) ऑपरेशन पवन (१९८७–१९९०) :

ऑपरेशन पवन ही IPKF द्वारे LTTE निष्फळ करण्यासाठी आणि उत्तर व पूर्व प्रांतांमध्ये नियंत्रण प्रस्थापित करण्यासाठी आयोजित केलेली एक मोठी लष्करी मोहीम होती. हे दोन्ही बाजूंनी तीव्र लढाई आणि लक्षणीय जीवितहानी यांनी चिन्हांकित केले.

६) मानवतावादी समस्या :

IPKF ची उपस्थिती आणि संघर्षामुळे नागरीकांचे विस्थापन आणि दोन्ही बाजूंनी मानवी हक्कांचे उल्लंघन केल्याच्या अहवालांसारख्या महत्त्वपूर्ण मानवतावादी समस्या निर्माण झाल्या.

७) IPKF मागे घेणे :

IPKF ला वाढत्या आव्हानांचा आणि टीकेचा सामना करावा लागला आणि १९९० मध्ये त्याने श्रीलंकेतून माघार घेतली. या हस्तक्षेपाचा जरी चांगला हेतू असला तरी, श्रीलंकेच्या संघर्षावर कायमस्वरूपी तोडगा निघाला नाही आणि त्यामुळे भारत–श्रीलंका संबंध ताणले गेले.

८) वारसा :

IPKF च्या हस्तक्षेपाकडे वेगवेगळ्या पक्षांनी वेगळ्या नजरेने पाहिले आहे. काहीजण याला शांतता प्रस्थापित करण्याचा एक हेतूपूर्ण प्रयत्न म्हणून पाहतात, तर काहीजण याला लष्करी हस्तक्षेप म्हणून पाहतात ज्यामुळे संघर्ष आणखी गुंतागुंतीचा झाला.

३.२.६ भारताच्या परराष्ट्र धोरणाच्या वास्तववादी टप्प्यात इंदिरा गांधींची भूमिका :

इंदिरा गांधी यांचे परराष्ट्र धोरण पुढील मुद्यांच्या आधारे स्पष्ट करता येईल :

१) नेहरुंच्या धोरणाचा वारसा :

इंदिरा गांधींनी पंतप्रधानपदाची सूत्रे हाती घेतल्यानंतर परराष्ट्र धोरणात आमूलाग्र स्वरुपाचे बदल केले नाहीत. तत्कालीन भारतातील राजकीय वातावरण आणि जागतिक संदर्भ यांचा सखोल विचार करुन इंदिरा गांधींनी पंडित नेहरुंच्याच परराष्ट्र धोरणातील मूलतत्त्वांना त्यातील तात्त्विक आधारांनाच तात्त्विक आणि व्यावहारिक दृष्टिकोनातून मान्यता दिली. जागतिक शांतता, अलिप्ततावाद, आंतरराष्ट्रीय सहकार्य आणि पंचशील तत्त्वे यांना परराष्ट्र धोरणाचे मूलाधार मानून इंदिरा गांधींनी आपले पहिले परराष्ट्र धोरण तयार केले. थोडक्यात, पंतप्रधानपद

ग्रहण केल्यानंतर इंदिरा गांधींनी नेहरुंच्याच परराष्ट्र धोरणाचा वारसा पुढे सुरुच ठेवला होता, मात्र १९७० नंतर इंदिरा गांधींनी परराष्ट्र धोरणात कालानुरुप, बदलत्या जागतिक संदर्भानुसार बदल केले.

२) बदलत्या जागतिक संदर्भानुसार बदल :

बदलत्या जागतिक संदर्भानुसार परराष्ट्र धोरणात इंदिरा गांधींनी बदल केले. विशेषतः शीत युद्धाच्या कालखंडात अमेरिका आणि रशिया या दोन्ही महासत्ता संपूर्ण जगावर आपले वर्चस्व प्रस्थापित करण्याचा प्रयत्न करीत होत्या. महासत्तांच्या शह-काटशहाच्या राजकारणाला शह देण्याच्या उद्देशाने इंदिरा गांधींनी सोव्हिएत संघाशी हातमिळवणी केली. अमेरिकेच्या साम्राज्यवादी धोरणाला कृतिशील विरोध दाखविला. जागतिक राजकारणात दक्षिण आशियाई राष्ट्रांची भूमिका जागतिक महासत्तांइतकीच महत्त्वाची आहे. भारतासारख्या नवोदित राष्ट्रांचेही जागतिक राजकारणात महत्त्व आहे, दक्षिण आशियाई देशांचे भारतच उत्तम प्रकारे प्रतिनिधित्व करु शकतो असे स्पष्ट मत इंदिरा गांधींनी मांडले व बदलत्या जागतिक संदर्भानुसार परराष्ट्र धोरणात आवश्यक असे बदल केले. १९७१ च्या काळात इंदिरा गांधींचे परराष्ट्र धोरण हे आदर्शवादी विचारांपासून आलग झाले व त्यात व्यवहारवादी दृष्टिकोन आढळून आला. इंदिरा गांधींनी बदलत्या जागतिक संदर्भानुसार परराष्ट्र धोरणात जे बदल केले त्यात सोव्हिएत संघाशी मैत्रीपूर्ण संबंध प्रस्थापित करण्याबरोबर अमेरिकेशीही मैत्री करण्यावर भर दिला.

३) अरब जगतावर वर्चस्व :

इंदिरा गांधींनी आपल्या परराष्ट्र धोरणाचा ढाचा तयार करताना मध्य व पश्चिम आशियात घडणाऱ्या विविध घटनांचा अत्यंत बारकाईने विचार केलेला होता. अरब जगतावर वर्चस्व प्रस्थापित करण्याच्या उद्देशाने अमेरिकेने 'ईस्त्रायल' या राष्ट्राची निर्मिती केली होती. इजिप्त, इराण, लेबनॉन, जॉर्डन अशा विविध राष्ट्रांनी मध्य आशियात आपले कोणत्याही प्रकारे वर्चस्व प्रस्थापित करु नये या उद्देशाने केलेल्या ईस्त्रायलच्या निर्मितीला इंदिरा गांधींनी स्पष्ट नकार दिला. अमेरिका विनाकारण अरब राष्ट्रात फूट पाडण्याचा प्रयत्न करीत आहे व त्यातून आंतरराष्ट्रीय शांततेच्या स्थापनेला अडथळा निर्माण होतो, जागतिक सहकार्याची भावना लोप पावू शकते, आंतरराष्ट्रीय संघर्ष उद्‌भवू शकतो असा युक्तिवाद इंदिरा गांधींनी केला व भारतच अरब जगताचे भले करु शकतो, भारताला अरब जगताविषयी आपुलकी आहे, पाश्चात्त्य राष्ट्रांनी अरब जगतात कोणत्याही प्रकारचा हस्तक्षेप करण्याची आवश्यकता नाही, असा दृष्टिकोन परराष्ट्र धोरणाच्या माध्यमातून मांडून अरब जगताविषयी आपली भूमिका स्पष्ट केली. एका प्रकारे इंदिरा गांधींनी अमेरिकेच्या राजकीय कृतीला राजकीय शह दिलेला होता. इंदिरा गांधींच्या अरब जगताविषयी असलेल्या भूमिकेचा अन्वर सादात, जॉर्डनचे राजे हुसेन, लेबनॉनचे अध्यक्ष यांनी आदरच केला आहे. मात्र इंदिरा गांधींनी इस्त्रायलचा मुद्दा धरुन अमेरिकेच्या विरोधात जे राजकारण केले त्या मागचा अरब जगतावर भारताचेच वर्चस्व कसे प्रस्थापित होईल हा एकमेव उद्देश होता.

४) दक्षिण आशियाई देशांवर भारताचे वर्चस्व :

इंदिरा गांधी यांचा आंतरराष्ट्रीय राजकारण आणि बदलते राजकीय संदर्भ यांविषयी अत्यंत गाढा अभ्यास होता. दक्षिण आशियाई देशात जागतिक महासत्ता आपले राजकीय आणि आर्थिक वर्चस्व प्रस्थापित करण्याचा प्रयत्न करीत आहेत. दि एगो- गॉर्सिया येथे दोन्ही महासत्तांनी भारताशी कोणतीही चर्चा न करता, भारताचे मत विचारात न घेता लष्करी तळ उभारलेले आहेत याची माहिती इंदिरा गांधींना होताच त्यांनी महासत्ताच्या विरोधात उघड-उघड शब्दात टिका करण्यास सुरुवात केली. हिंद महासागर हे 'शांततेचे क्षेत्र' म्हणून संयुक्त राष्ट्राने घोषित करावे व महासत्तांना आपले लष्करी तळ काढून घेण्यासाठी संघटित दबाव आणावा असे स्पष्ट मत इंदिरा गांधींनी परराष्ट्र धोरणाच्या माध्यमातून मांडले. दक्षिण आशियाई देशांवर प्रत्यक्ष वा अप्रत्यक्ष भारताचाच प्रभाव असावा,

भारताचेच वर्चस्व प्रस्थापित व्हावे ही या धोरणामागची भूमिका होती. थोडक्यात, इंदिरा गांधींनी दक्षिण आशियाई देशांवर भारतातेच वर्चस्व कसे प्रस्थापित होईल, दक्षिण आशियात भारत महासत्ता म्हणून कसा उदयाला येईल याचाच विचार इंदिरा गांधींनी केलेला होता.

५) **आक्रमकता :**

इंदिरा गांधींना पंडित नेहरुंच्या राजकीय विचारांचा वारसा जरी मिळालेला असला तरी इंदिरा गांधींच्या व नेहरुंच्या परराष्ट्र धोरणात कमालीचा फरक असल्याचे आढळून येते. नेहरुंचे परराष्ट्र धोरण हे आदर्शवादी होते तर इंदिरा गांधींचे परराष्ट्र धोरण व्यावहारिक होते. 'जशास तसे' या निरक्षीर न्यायाप्रमाणे वागणे अत्यंत गरजेचे आहे याची जाणीव इंदिरा गांधींना झालेली होती. भारताने अलिप्ततावादाचा स्वीकार केलेला असला तरी 'अलिप्ततावाद म्हणजे पलायतवाद नाही' अशी स्पष्ट भूमिका इंदिरा गांधींच्या परराष्ट्र धोरणातून प्रतित होते. जागतिक महासत्तांनी जेव्हा-जेव्हा विकसनशील राष्ट्रांवर राजकीय, आर्थिक, राजनयीक, राजनैतिक, लष्करी दबाव आणण्याचा प्रयत्न केला तेव्हा त्याला इंदिरा गांधींनी विरोध दर्शविला होता. इंदिरा गांधींच्या परराष्ट्र धोरणातील आक्रमकता विशेषतः १९७१ च्या भारत-पाक युद्धात प्रकर्षाने जाणवली जागतिक राजकारणात आपले स्थान, अस्तित्व टिकवून ठेवायचे असेल तर परराष्ट्र धोरणात आवश्यक असे बदल करणे गरजेचे आहे अशी स्पष्ट धारणा इंदिरा गांधी यांची होती. भारताने देखील आण्विक शक्तीत वाढ घडवून आणणे गरजेचे आहे असा दृष्टिकोन मांडणाऱ्या इंदिरा गांधींनी पोखरण येथे आण्विक चाचणी घडवून आणली व संपूर्ण जगाला, 'भारतही एक सामर्थ्यवान राष्ट्र आहे' याची जाणीव करुन दिली. इंदिरा गांधींच्या संपूर्ण कारकिर्दीचा आढावा घेतला तर एक बाब प्रकर्षाने जाणवते ती म्हणजे इंदिराजींनी कधीही महासत्तांच्या वर्चस्वाला मान्यता दिली नाही. उलटपक्षी प्रत्येक राष्ट्र सार्वभौम आहे, त्याच्या हिताचे निर्णय घेण्याचा अधिकार त्याच राष्ट्राला आहे. इतर कोणत्याही राष्ट्राने दुसऱ्या राष्ट्राच्या सार्वभौमत्वावर अंतर्गत कारभारामध्ये हस्तक्षेप करु नये, गरज वाटल्यास आपल्या शक्तीचा वापर करावा अशी स्पष्ट भूमिका इंदिराजींनी मांडलेली होती. थोडक्यात, आक्रमकता हे इंदिरा गांधींच्या परराष्ट्र धोरणाचे वैशिष्ट्यच मानले जाते.

६) **तिसऱ्या जगाचे वर्चस्व :**

इंदिराजींच्या परराष्ट्र धोरणाचे वैशिष्ट्य म्हणजे त्यांनी जागतिक महासत्तांच्या राजकीय, लष्करी, राजनयीक, राजनैतिक, वर्चस्वाला अमान्यता दर्शविली व 'तिसरे जग' आंतरराष्ट्रीय राजकारणात महत्त्वाची भूमिका बजाविते, आंतरराष्ट्रीय राजकारणात तिसऱ्या जगातील देशांची भूमिका निर्णायक ठरु शकते असे परराष्ट्र धोरणाच्या माध्यमातून स्पष्ट केले. तिसऱ्या जगात असलेल्या देशांची संख्या अधिक आहे व ही राष्ट्रे आंतरराष्ट्रीय राजकारणाची दिशा बदलवू शकतात. त्यांच्यात आंतरराष्ट्रीय राजकारणाची दिशा बदलविण्याचे सामर्थ्य आहे अशी निःसंदिग्ध भूमिका इंदिराजींनी मांडली. आंतरराष्ट्रीय राजकारणावर तिसऱ्या जगाचेच वर्चस्व प्रस्थापित व्हावे अशी त्यांची ठाम धारणा होती.

३.३ नव-उदारमतवादी अवस्था (१९९१-२०१३) :

१९९१ ते २०१३ या कालावधीत भारतीय परराष्ट्र धोरणात महत्त्वपूर्ण बदल घडून आला, ज्याला नव-उदारमतवादी टप्पा म्हणून संबोधले जाते. आर्थिक सुधारणा, जागतिकीकरण आणि जागतिक स्तरावर भारताचे स्थान बदलून आंतरराष्ट्रीय संबंधांकडे भारताच्या दृष्टिकोनातील मूलभूत बदलाद्वारे या युगाची व्याख्या करण्यात आली.

३.३.१ नव–उदारमतवादी टप्प्याची वैशिष्ट्ये :

भारतीय परराष्ट्र धोरणातील १९९१ ते २०१३ हा कालखंड नव–उदारमतवादी टप्पा म्हणून ओळखला जातो. या काळात, विकसित होत असलेल्या जागतिक परिदृश्याला प्रतिसाद म्हणून भारताने आपल्या परराष्ट्र धोरणाच्या दृष्टिकोनात आणि प्राधान्यक्रमांमध्ये महत्त्वपूर्ण बदल केले.

१) आर्थिक सुधारणा आणि जागतिकीकरण :

नव–उदारमतवादी टप्प्याची व्याख्या भारताच्या आर्थिक सुधारणा आणि जागतिकीकरणाद्वारे करण्यात आली. १९९१ मध्ये भारताने आर्थिक उदारीकरण उपायांची मालिका सुरू केली, ज्यात परवाना राज संपुष्टात आणणे, व्यापारातील अडथळे कमी करणे आणि परकीय गुंतवणूक वाढवणे, जगासमोर आपली अर्थव्यवस्था खुली करणे यांचा समावेश आहे.

२) आर्थिक राजनय :

या काळात आर्थिक राजनय हा भारताच्या परराष्ट्र धोरणाचा मुख्य आधारस्तंभ बनला. भारत व्यापार वाटाघाटींमध्ये सक्रियपणे गुंतला, अनेक द्विपक्षीय आणि प्रादेशिक व्यापार करारांवर स्वाक्षरी केली आणि आर्थिक विकासाला चालना देण्यासाठी परदेशी गुंतवणुकीची मागणी केली.

३) जागतिकीकरण आणि तंत्रज्ञान :

माहिती तंत्रज्ञान (IT) आणि सॉफ्टवेअर सेवा उद्योगाच्या विस्तारामुळे भारताचा जागतिक तंत्रज्ञान केंद्र म्हणून उदय झाला. जागतिक स्तरावर भारताची आर्थिक स्थिती मजबूत करण्यात माहिती तंत्रज्ञान क्षेत्राच्या वाढीने महत्त्वपूर्ण भूमिका बजावली.

४) द्विपक्षीय आणि प्रादेशिक प्रतिबद्धता :

भारताने अमेरिका, युरोपियन युनियन, रशिया आणि जपानसारख्या प्रमुख जागतिक शक्तींशी जवळचे संबंध निर्माण केले. आर्थिक आणि भू–राजकीय संबंध वाढवण्यासाठी द्विपक्षीय व्यापार करार आणि धोरणात्मक भागीदारी विकसित करण्यात आली.

५) 'लूक इस्ट' धोरण :

१९९० च्या दशकात सुरू झालेल्या भारताच्या लूक ईस्ट धोरणाचा उद्देश दक्षिणपूर्व आशियाई राष्ट्रांशी संबंध मजबूत करणे आणि आशिया–पॅसिफिक प्रदेशात भारताची उपस्थिती वाढवणे हा होता. हे धोरण नंतर ॲक्ट ईस्ट धोरणात विकसित झाले.

६) अलिप्ततावादी चळवळ :

भारत अलिप्ततावादी चळवळीच्या तत्त्वांना वचनबद्ध असताना, नव–उदारमतवादी टप्प्यात वैचारिक संरेखनातून व्यावहारिक आर्थिक सहकार्याकडे भर दिसला, जो भारताच्या बदलत्या प्राधान्यक्रमांना प्रतिबिंबित करतो.

८) ऊर्जा सुरक्षा :

भारताच्या वाढत्या ऊर्जा गरजांमुळे ऊर्जा संसाधने सुरक्षित करण्यावर आणि ऊर्जा पुरवठा स्त्रोतांमध्ये विविधता आणण्यावर भर देण्यात आला. ऊर्जा राजनय हा भारताच्या परराष्ट्र धोरणाचा एक महत्त्वाचा घटक बनला आहे.

९) दहशतवाद आणि सुरक्षा :

या टप्प्यात दहशतवाद आणि अतिरेकी यांचा सामना करण्यासाठी वाढलेले प्रयत्न दिसून आले. सुरक्षा आव्हानांना तोंड देण्यासाठी भारताने सक्रियपणे आंतरराष्ट्रीय सहकार्य आणि करारांची निर्मिती केली.

१०) बहुपक्षीय राजनय :

भारताने संयुक्त राष्ट्र, जी-२० आणि विविध प्रादेशिक संघटना यासारख्या बहुपक्षीय मंचांमध्ये सक्रिय भूमिका बजावली. बदलत्या जागतिक व्यवस्थेचे प्रतिबिंबित करण्यासाठी आंतरराष्ट्रीय संस्थांमध्ये सुधारणा करण्याचा पाठपुरावा केला.

११) आण्विक कूटनीति :

भारताच्या १९९८ च्या अणुचाचण्यांमुळे भारताच्या आण्विक धोरणात लक्षणीय बदल झाला. नव-उदारमतवादी टप्प्यात भारताने आंतरराष्ट्रीय समुदायात सक्रियपणे सहभाग नोंदवला, परिणामी २००८ मध्ये भारत-अमेरिका नागरी आण्विक करार झाला.

१२) देशांतरित जनसमूह राजनय :

भारताचे मोठे देशांतरित जनसमूह हे पाश्चात्त्य देशांमध्ये, भारताच्या परराष्ट्र धोरण धोरणाचा अविभाज्य भाग बनले आहेत. देशांतरित जनसमूहांकडे आर्थिक, सांस्कृतिक आणि राजकीय संबंध वाढवणारा दुवा म्हणून पाहिले जात होते.

१३) मदत आणि विकास सहाय्य :

भारताने देणगीदार राष्ट्र म्हणून आपली भूमिका वाढवली, इतर देशांना विशेषत: आफ्रिका आणि शेजारच्या देशांना विकास सहाय्य प्रदान केले. दक्षिण-दक्षिण सहकार्य मजबूत करण्याच्या भारताच्या प्रयत्नांचा हा एक भाग होता.

१४) जागतिक हवामान बदल उपक्रम :

पर्यावरणीय समस्यांचे निराकरण करताना शाश्वत विकासावर भर देत जागतिक हवामान बदलाच्या वाटाघाटींमध्ये भारत सक्रिय सहभागी झाला.

१५) सॉफ्ट पॉवर :

भारताने आपला जागतिक प्रभाव वाढवण्यासाठी योग, भारतीय चित्रपट आणि सांस्कृतिक देवाणघेवाण यासारख्या सांस्कृतिक राजनयाद्वारे आपल्या सॉफ्ट पॉवरचा प्रचार केला.

३.३.२ नव-उदारमतवादी टप्प्यातील प्रमुख घटना :

भारतीच्या परराष्ट्र धोरणातील नव-उदारमतवादी टप्पा (१९९१-२०१३) अनेक प्रमुख घटना आणि घडामोडींनी चिन्हांकित करता येईल, ज्याने भारताच्या आंतरराष्ट्रीय सहभागाला लक्षणीयरीत्या आकार दिला.

१) आर्थिक सुधारणा (१९९१) :

१९९१ मध्ये आर्थिक सुधारणांचा आरंभ भारताच्या आर्थिक धोरणास वळण देण्यात महत्त्वपूर्ण ठरला. व्यवहारतोलाच्या संतुलनाच्या संकटाचा सामना करताना, सरकारने उदारीकरण उपायांची मालिका सुरू केली, परवाना राज संपुष्टात आणले, व्यापारातील अडथळे कमी केले आणि परदेशी गुंतवणुकीला प्रोत्साहन दिले. या सुधारणांमुळे पुढील दशकांमध्ये भारताच्या जलद आर्थिक विकासाचा मार्ग मोकळा झाला, ज्यामुळे भारत हे जागतिक गुंतवणूकदारांसाठी एक आकर्षक ठिकाण बनले आणि जागतिक अर्थव्यवस्थेतील देशाच्या भूमिकेला आकार प्राप्त झाला.

२) पोखरण-खख अणुचाचण्या (१९९८) :

पोखरण-खख म्हणून ओळखल्या जाणाऱ्या १९९८ मधील भारताच्या अणुचाचण्या, त्याच्या आण्विक क्षमतेचे एक धाडसी प्रतिपादन आणि पूर्वीच्या संयमापासून दूर गेलेले होते. चाचण्यांमुळे आंतरराष्ट्रीय स्तरावर गंभीरता वाढली परंतु भारताला अण्वस्त्रधारी राष्ट्र म्हणूनही प्रस्थापित केले. या घटनेचा भारताच्या आण्विक मुत्सद्देगिरीवर आणि प्रदेशातील सुरक्षा गतिमानतेवर खोलवर परिणाम झाला.

३) अमेरिका-भारत नागरी आण्विक करार (२००८) :

भारत आणि अमेरिका यांच्यातील नागरी आण्विक करार हा भारताच्या परराष्ट्र धोरणातील ऐतिहासिक विकास होता. अण्वस्त्र प्रसारबंदी करारावर (NPT) स्वाक्षरी केली नसतानाही भारताला नागरी अणु तंत्रज्ञान आणि इंधनात प्रवेश दिला. हा करार केवळ भारताच्या आण्विक राजनयातील एक मोठा बदल दर्शवत नाही तर दोन्ही राष्ट्रांमधील जवळच्या धोरणात्मक भागीदारीचे संकेतही देतो.

४) लुक ईस्ट धोरण (१९९२) :

भारताचे लूक ईस्ट धोरण हे आग्नेय आशियाई राष्ट्रे आणि विस्तृत आशिया-पॅसिफिक क्षेत्राशी संलग्नता वाढविण्यासाठी एक धोरणात्मक केंद्र होते. हे धोरण नंतर ॲक्ट ईस्ट धोरणात विकसित झाले, ज्याचे उद्दिष्ट आशिया-पॅसिफिकमधील देशांशी विशेषत: आसियान सदस्यांशी आर्थिक, राजकीय आणि धोरणात्मक संबंध मजबूत करणे आणि भारताचा प्रादेशिक प्रभाव वाढवणे हे होते.

५) कारगिल युद्ध (१९९९) :

१९९९ मध्ये पाकिस्तानबरोबर झालेले कारगिल युद्ध हा एक महत्त्वपूर्ण संघर्ष होता ज्याचा भारत-पाकिस्तान संबंधांवर कायमस्वरूपी परिणाम झाला. भारतीय हद्दीत पाकिस्तानी अतिरेक्यांच्या घुसखोरीमुळे हे घडले होते आणि हे संकट सोडवण्यासाठी राजनैतिक प्रयत्नांची आवश्यकता होती. या युद्धाने दोन अण्वस्त्रधारी शेजारी देशांमधील तणाव वाढविला.

६) हिंदी महासागर त्सुनामी (२००४) :

२००४ च्या हिंदी महासागरातील त्सुनामीच्या वेळेस भारताने महत्त्वपूर्ण मानवतावादी प्रतिसाद दिला. देशाने केवळ देशांतर्गतच नव्हे तर संपूर्ण प्रदेशात मदत कार्ये प्रदान करण्यात प्रमुख भूमिका बजावली, आपले नेतृत्व आणि प्रादेशिक स्थिरतेची वचनबद्धता दर्शविली.

७) ब्रिक्सची निर्मिती (२००९) :

ब्राझील, रशिया, चीन आणि दक्षिण आफ्रिकेसह भारताने प्रमुख उदयोन्मुख अर्थव्यवस्थांचे प्रतिनिधित्व करत ब्रिक्स गटाची स्थापना केली. या स्थापनेचा उद्देश सदस्य देशांमधील आर्थिक आणि राजकीय सहकार्याला चालना देणे हा होता. तसेच संघटनेने जागतिक आर्थिक आणि राजनैतिक चर्चांना आकार देण्यात महत्वपूर्ण भूमिका बजावली.

३.३.३ नव-उदारमतवादी टप्प्यातील नवीन आर्थिक सुधारणा :

भारतातील नव-उदारमतवादी टप्प्यातील (१९९१-२०१३) नवीन आर्थिक सुधारणा हा देशाच्या अर्थव्यवस्थेचे उदारीकरण आणि पुनरुज्जीवन करण्याच्या उद्देशाने सर्वसमावेशक उपायांचा एक संच होता. व्यवहारतोल समतोल संकट आणि आर्थिक वृद्धीस चालना देण्याची नितांत गरज लक्षात घेऊन या सुधारणा सुरू करण्यात आल्या.

१) परवाना राज रद्द करणे :

नवीन आर्थिक सुधारणांनी परवाना राज म्हणून ओळखल्या जाणाऱ्या नियामक चौकटीत एक निर्णायक बदल घडवून आणला. या प्रणाली अंतर्गत व्यवसायांना असंख्य परवाने मिळवावे लागले होते, ज्यामुळे आर्थिक क्रियाकलापांना अडथळा निर्माण झाला होता. या नियामक चौकटीतील सुधारणांनी यास सरलीकृत केले आणि अनेक बाबतीत या आवश्यकता दूर केल्या, ज्यामुळे व्यवसायांना अधिक सुलभतेने आणि कार्यक्षमतेने कार्य करण्यास चालना मिळाली. नोकरशाहीच्या लाल फितीतील ही उणीव दूर करणे हे भारताची आर्थिक क्षमता उघड करण्यासाठी एक महत्त्वपूर्ण पाऊल होते.

२) व्यापार उदारीकरण :

व्यापार उदारीकरण हा सुधारणांचा मुख्य घटक होता. आयात निर्बंध शिथिल केले गेले, शुल्क कमी केले गेले आणि देशाने जागतिकीकरण स्वीकारले. यामुळे परदेशी वस्तू आणि गुंतवणुकीसाठी भारतीय बाजारपेठ खुली झाली आणि देशांतर्गत उद्योगांनी आंतरराष्ट्रीय स्पर्धेस तोंड दिले. व्यापाराच्या उदारीकरणाचा उद्देश स्पर्धा आणि नवकल्पना यांना प्रोत्साहन देऊन कार्यक्षमता वाढवणे आणि आर्थिक विकासाला चालना देणे हा आहे.

३) प्रत्यक्ष परकीय गुंतवणूक (FDI) :

या सुधारणांमुळे अर्थव्यवस्थेच्या विविध क्षेत्रांमध्ये परकीय भांडवलाच्या अधिक सहभागाला परवानगी देऊन प्रत्यक्ष परकीय गुंतवणुकीला (FDI) प्रोत्साहन मिळाले. सुधारणांपूर्वी, अनेक क्षेत्रे एकतर परदेशी गुंतवणूकदारांसाठी बंद होती किंवा कठोर प्रत्यक्ष परकीय गुंतवणूक मर्यादेच्या अधीन होती. प्रत्यक्ष परकीय गुंतवणूक नियमांच्या उदारीकरणामुळे परकीय भांडवल आणि कौशल्य आकर्षित झाले, ज्यामुळे प्रमुख उद्योग आणि पायाभूत सुविधांचा विकास झाला.

४) खाजगीकरण :

सरकारी मालकीच्या उद्योगांमधील मालकी काढून टाकून सरकारने खाजगीकरण कार्यक्रम सुरू केले. तोट्यात चालणाऱ्या सार्वजनिक उपक्रमांचा भार कमी करणे, कार्यक्षमतेत सुधारणा करणे आणि स्पर्धेला चालना देणे हा यामागचा उद्देश होता. दूरसंचार आणि विमान वाहतूक यासारख्या प्रमुख उद्योगांनी खाजगीकरणाचे महत्त्वपूर्ण प्रयत्न पाहिले.

५) वित्तीय क्षेत्रातील सुधारणा :

राजकोषीय क्षेत्रामध्ये भरीव सुधारणा करण्यात आल्या, ज्यात बाजाराभिमुख व्याजदर आणि खाजगी व परकीय बँकांची स्थापना यांचा समावेश आहे. या बदलांमुळे आर्थिक क्षेत्राचे आधुनिकीकरण करण्यात, भांडवलाची उपलब्धता सुधारण्यात आणि विविध आर्थिक क्रियाकलापांमध्ये गुंतवणूक सुलभ करण्यात मदत झाली.

६) राजकोषीय सुधारणा :

सरकारी वित्तव्यवस्थेत शिस्त आणणे हा या सुधारणांचा उद्देश होता. वित्तीय तूट कमी करण्यात आली आणि आवश्यक सार्वजनिक खर्चासाठी महसूल निर्माण करण्यासाठी कर संरचना तर्कसंगत करण्यात आल्या. महत्त्वपूर्ण बदलाच्या काळात आर्थिक स्थैर्य राखण्यासाठी चांगले वित्तीय व्यवस्थापन महत्त्वाचे होते.

३.३.४ कारगिल युद्ध :

भारत आणि पाकिस्तान यांच्यात १९९९ मध्ये झालेले कारगिल युद्ध हा एका गुंतागुंतीच्या परिस्थितील महत्त्वाचा संघर्ष होता.

१) पार्श्वभूमी :

कारगिल युद्धाचे मूळ जम्मू आणि काश्मीरच्या प्रदेशावर दीर्घकाळ चाललेल्या भारत-पाकिस्तान संघर्षात होते. दोन्ही देशांनी या प्रदेशावर संपूर्णपणे दावा केला आणि या प्रदेशावर अनेक युद्धे आणि चकमकी झाल्या आहेत.

२) पाकिस्तानी सैन्याने केलेली घुसखोरी :

१९९९ च्या सुरुवातीस पाकिस्तानी सैनिक आणि अतिरेक्यांनी जम्मू आणि काश्मीरच्या भारत-प्रशासित प्रदेशातील कारगिल जिल्ह्यात घुसखोरी केल्यावर संघर्ष सुरू झाला. ही घुसखोरी पूर्वीच्या संघर्षांपेक्षा महत्त्वपूर्ण निर्गमन होती, कारण ती तुलनेने शांततापूर्ण असलेल्या प्रदेशात झाली होती.

३) धोरणात्मक स्थान :

कारगिलचे मोक्याचे स्थान विशेष महत्त्वाचे होते, कारण त्यात श्रीनगर-लेह महामार्गासारख्या महत्त्वाच्या वाहतूक मार्गांचा समावेश होता. संघर्ष उच्च स्तरावर देखील झाला, ज्यामुळे ते युद्धाचे एक आव्हानात्मक केंद्र बनले.

४) आंतरराष्ट्रीय राजनैतिक प्रयत्न :

अमेरिका आणि इतर पाश्चात्त्य राष्ट्रांसारख्या आंतरराष्ट्रीय समुदायाने भारत आणि पाकिस्तान या दोघांनाही हा संघर्ष राजनैतिक मार्गाने सोडवावा आणि पुढील संघर्ष टाळण्याचे आवाहन केले. दोन्ही राष्ट्रांच्या आण्विक क्षमता लक्षात घेता, संघर्ष पूर्ण-स्तरीय युद्धात वाढण्याची शक्यता होती.

५) ऑपरेशन विजय :

घुसखोरांना परतवून लावण्यासाठी आणि प्रदेश पुन्हा ताब्यात घेण्यासाठी भारताने ऑपरेशन विजय सुरू केली. भारतीय सशस्त्र दलांना कठीण भूभाग आणि कठोर हवामानाचा सामना करावा लागला परंतु पाकिस्तानी घुसखोरांना मागे ढकलण्यासाठी त्यांनी दृढ प्रयत्न केले.

६) जीवितहानी आणि मानवतावादी समस्या :

कारगिल युद्धात लष्करी कर्मचारी आणि नागरिकांसह दोन्ही बाजूंची मोठ्या प्रमाणावर जीवितहानी झाली. संघर्षामुळे मानवतावादी संकट देखील उद्भवले, स्थानिक लोक विस्थापित झाले आणि त्यांना कठोर परिस्थितीचा सामना करावा लागला.

७) संघर्षाचा अंत :

जुलै १९९९ पर्यंत काश्मीरमधील भारत आणि पाकिस्तान यांच्यातील वास्तविक सीमा असलेल्या नियंत्रण रेषेवर (एलओसी) घुसखोरांना मागे ढकलण्यात भारतीय सैन्याने यश मिळविले होते. २६ जुलै १९९९ रोजी भारतीय सैन्याने या प्रदेशातील मोक्याच्या शिखरांवर पुन्हा ताबा मिळवला तेव्हा हा संघर्ष अधिकृतपणे संपुष्टात आला.

८) राजनयिक ठराव :

कारगिल युद्धाने काश्मीर प्रश्न सोडवण्यासाठी राजनयिक प्रयत्नांची गरज अधोरेखित केली. भारत आणि पाकिस्तानमधील संबंध सामान्य करण्याचा प्रयत्न करणाऱ्या फेब्रुवारी १९९९ मधील लाहोर घोषणेद्वारे शांतता प्रस्थापित करण्यासाठी आंतरराष्ट्रीय प्रयत्नांचे नूतनीकरण झाल्यानंतर हा संघर्ष सुरू झाला. तथापि, कारगिल युद्धाने भारत-पाकिस्तान संबंधांवरही कायमस्वरूपी प्रभाव टाकला, कारण त्यामुळे सीमापार घुसखोरी आणि या प्रदेशातील संघर्षाच्या संभाव्यतेबद्दल महत्त्वपूर्ण समस्या निर्माण झाली.

३.३.५ पोखरण अणुचाचणी (१९९८) :

मे १९९८ मध्ये भारताने घेतलेल्या पोखरण-खख अणुचाचण्या ही भारताच्या इतिहासातील एक महत्त्वाची घटना होती आणि त्याचे दूरगामी परिणाम झाले.

१) पार्श्वभूमी :

भारताच्या पोखरण-खख अणुचाचण्या, ज्याला ऑपरेशन शक्ती म्हणूनही ओळखले जाते, या चाचण्या पाकिस्तानने केलेल्या अणुचाचण्यांच्या मालिकेला प्रतिसाद म्हणून घेण्यात आल्या. या चाचण्या भारताच्या आण्विक इतिहासातील एक महत्त्वाचा क्षण म्हणून ओळखल्या जातात आणि त्यांचा परराष्ट्र धोरण व जागतिक स्थितीवर खोलवर परिणाम झाला.

२) एकाधिक अणु स्फोट :

भारताने राजस्थानच्या थार वाळवंटातील पोखरण चाचणी श्रेणीमध्ये पाच अणुस्फोटांची मालिका केली. चाचण्यांमध्ये विखंडन आणि थर्मोन्यूक्लियर अशा दोन्ही उपकरणांचा समावेश होता, जे दोन्ही क्षेत्रांमध्ये भारताची क्षमता प्रदर्शित करते.

३) राष्ट्रीय सुरक्षेची समस्या :

भारताने चाचण्या आयोजित करण्यामागे राष्ट्रीय सुरक्षेची समस्या हे मुख्य कारण असल्याचे नमूद केले. या चाचण्या या प्रदेशातील वाढत्या अण्वस्त्र धोक्याला प्रतिसाद म्हणून पाहिल्या जात होत्या, विशेषत: पाकिस्तानकडून. भारताची राष्ट्रीय सुरक्षा बळकट करण्यासाठी आणि संभाव्य शत्रूंना रोखण्याचा हेतू यामागे होता.

४) जागतिक परिणाम :

पोखरण-II चाचण्यांचा मोठ्या प्रमाणावर आंतरराष्ट्रीय निषेध झाला आणि अमेरिकेसह अनेक देशांनी त्यावर निर्बंध लादले. आंतरराष्ट्रीय समुदायाने आण्विक प्रसाराबद्दल चिंता व्यक्त केली आणि भारताला राजनैतिक अलिप्ततेचा सामना करावा लागला.

५) आण्विक सिद्धांत :

या चाचण्या भारताच्या आण्विक सिद्धांताच्या द्योतक होत्या, ज्यात प्रथम वापर नाही धोरणावर जोर देण्यात आला होता, याचा अर्थ असा की भारत अण्वस्त्र हल्ल्याला प्रत्युत्तर देण्यासाठी केवळ अण्वस्त्रे वापरेल. या सिद्धांताचा उद्देश भारताच्या जबाबदार आण्विक भूमिकेबद्दल आंतरराष्ट्रीय समुदायाला आश्वस्त करण्याचा होता.

६) प्रादेशिक सुरक्षेवर परिणाम :

दक्षिण आशियातील प्रादेशिक सुरक्षेच्या गतिशीलतेवर या चाचण्यांचा महत्त्वपूर्ण परिणाम झाला. यामुळे भारत आणि पाकिस्तान यांच्यातील तणाव वाढला, कारण दोघांनीही आता उघडपणे त्यांच्या आण्विक क्षमता जाहीर केल्या होत्या. या कालावधीत संघर्षाचा धोका वाढला आणि आण्विक स्थिरता व्यवस्थापित करण्यासाठी उपाययोजनांची आवश्यकता जाणवली.

७) भारत-अमेरिका संबंध :

अण्वस्त्र चाचण्यांमुळे भारत-अमेरिका संबंध खूपच ताणले गेले. अमेरिकेने भारतावर अण्वस्त्र प्रसारबंदी करारावर (NPT) स्वाक्षरी न केल्यामुळे निर्बंध लादले, ज्यामुळे राजनैतिक अलिप्ततेचा काळ सुरू झाला. काही वर्षांनंतर राजनैतिक संबंध सुधारले आणि २००८ मध्ये भारत-अमेरिका यांच्यात नागरी अणु करार झाला.

८) आंतरराष्ट्रीय प्रतिसाद:

भारताच्या आण्विक चाचण्यांमुळे अण्वस्त्र नि:शस्त्रीकरण आणि अप्रसारासाठी नूतनीकरणाच्या जागतिक प्रयत्नांना चालना मिळाली. त्यांनी अण्वस्त्रांशी संबंधित आंतरराष्ट्रीय यंत्रणा आणि करार मजबूत करण्याची गरज अधोरेखित केली.

३.३.६ दहशतवादी हल्ले :

१९९१ ते २०१३ या कालावधीत भारतात अनेक महत्त्वपूर्ण दहशतवादी हल्ले झाले. या हल्ल्यानी देशभरातील विविध प्रदेश आणि शहरांना लक्ष्य केले आणि त्याचे व्यापक परिणाम झाले.

१) बॉम्बे बॉम्बस्फोट मालिका (१९९३) :

१२ मार्च १९९३ रोजी मुंबईत (त्यावेळी बॉम्बे म्हणून ओळखले जाणारे) समन्वित बॉम्बस्फोटांच्या मालिकेत २५० हून अधिक लोक मारले गेले आणि शेकडो लोक जखमी झाले. हे हल्ले अतिरेकी घटकांच्या संगनमताने संघटित गुन्हेगारी संघटनांनी घडवून आणले होते.

२) काश्मीर बंडखोरी :

१९८० च्या दशकाच्या उत्तरार्धात सुरू झालेल्या जम्मू आणि काश्मीर राज्यातील बंडामुळे १९९० आणि २००० च्या दशकात हिंसाचार आणि दहशतवादी घटना घडत राहिल्या. त्यात अनेक अतिरेकी गट आणि बंडखोर कारवायांचा समावेश होता.

३) कोईम्बतूर बॉम्बस्फोट (१९९८) :

१४ फेब्रुवारी १९९८ रोजी तामिळनाडूतील कोईम्बतूर येथे झालेल्या १२ बॉम्बस्फोटांच्या मालिकेत ५८ लोकांचा मृत्यू झाला आणि २०० हून अधिक जखमी झाले. मुस्लिम अतिरेकी गटाने हा हल्ला केल्याचे सांगण्यात आले.

४) संसदेवर हल्ला (२००१) :

१३ डिसेंबर २००१ रोजी नवी दिल्लीतील भारतीय संसदेवर झालेल्या दहशतवादी हल्ल्यात अनेक सुरक्षा जवानांचा मृत्यू झाला होता. या हल्ल्याचा आरोप पाकिस्तानस्थित अतिरेकी गटांवर करण्यात आला, ज्यामुळे भारत आणि पाकिस्तानमधील तणाव वाढला.

५) अक्षरधाम मंदिर हल्ला (२००२) :

२४ सप्टेंबर २००२ रोजी, गुजरातमधील गांधीनगर येथील अक्षरधाम मंदिर संकुलावर दहशतवाद्यांनी हल्ला केला, ज्यात ३० लोक ठार आणि ८० हून अधिक जखमी झाले. या हल्ल्यासाठी पाकिस्तानस्थित लष्कर-ए-तैयबाला जबाबदार धरण्यात आले.

६) मुंबई ट्रेन बॉम्बस्फोट (२००६) :

११ जुलै २००६ रोजी मुंबई लोकल ट्रेन सिस्टीमवर समन्वित बॉम्बस्फोट होऊन २०० हून अधिक लोक मारले गेले आणि ७०० हून अधिक जखमी झाले. हे हल्ले पाकिस्तानस्थित अतिरेकी संघटनांशी कथित संबंध असलेल्या एका गटाने केले होते.

७) समझौता एक्सप्रेस बॉम्बस्फोट (२००७) :

१८ फेब्रुवारी २००७ रोजी भारत आणि पाकिस्तानला जोडणाऱ्या समझौता एक्स्प्रेसमध्ये झालेल्या बॉम्बस्फोटात ६८ लोकांचा मृत्यू झाला होता. या हल्ल्याने सीमेपलीकडील दहशतवादाबद्दल चिंता व्यक्त केली.

८) २६/११ मुंबई हल्ले (२००८) :

पाकिस्तानी दहशतवाद्यांच्या एका गटाने २६ नोव्हेंबर २००८ पासून मुंबईत समन्वित हल्ले केले आणि ते अनेक दिवस चालले. या हल्ल्यांनी ताजमहाल पॅलेस हॉटेल आणि छत्रपती शिवाजी टर्मिनससह अनेक ठिकाणांना लक्ष्य केले, परिणामी १६६ मृत्यू आणि ३०० हून अधिक लोक जखमी झाले.

९) पुणे बेकरी बॉम्बस्फोट (२०१०) :

१३ फेब्रुवारी २०१० रोजी पुण्यातील जर्मन बेकरीमध्ये झालेल्या बॉम्बस्फोटात १७ जणांचा मृत्यू झाला आणि अनेक जण जखमी झाले होते. या हल्ल्याची जबाबदारी इंडियन मुजाहिदीन या बंदी घातलेल्या अतिरेकी संघटनेने घेतली.

१०) हैदराबाद बॉम्बस्फोट (२०१३) :

हैदराबादमध्ये २१ फेब्रुवारी २०१३ रोजी झालेल्या दुहेरी बॉम्बस्फोटात १७ लोकांचा मृत्यू झाला आणि १०० हून अधिक लोक जखमी झाले. हे हल्ले लोकप्रिय भोजनालय आणि सिनेमाजवळ करण्यात आले.

३.४ मोदी युग (२०१४ ते आत्तापर्यंत) :

२०१४ ते आत्तापर्यंतचा कालावधी, ज्याला भारतीय परराष्ट्र धोरणामध्ये मोदी युग म्हणून संबोधले जाते, या काळात देशाच्या जागतिक सहभागामध्ये महत्त्वपूर्ण परिवर्तन घडले आहे. पंतप्रधान नरेंद्र मोदी यांच्या नेतृत्वाखाली भारताने सक्रिय आणि ठाम परराष्ट्र धोरणाचा अवलंब केला आहे. हा काळ आर्थिक राजनय, प्रादेशिक आणि जागतिक नेतृत्वावर भर तसेच प्रमुख शक्तींसोबतच्या संबंधांमध्ये सूक्ष्म संतुलन यासारख्या अनेक प्रमुख वैशिष्ट्यांनी चिन्हांकित आहे. नेबरहुड फर्स्ट आणि ॲक्ट ईस्ट धोरणांनी भारताच्या जवळचे शेजारी आणि विस्तृत इंडो-पॅसिफिक क्षेत्राचे महत्त्व अधोरेखित केले आहे, तर देशाने जागतिक मंचांवर आपले स्थान मजबूत करण्याचा आणि बहुपक्षीय सहभाग वाढवण्याचा सक्रिय प्रयत्न केला आहे. मानवतावादी आणि विकास सहाय्यासह डिजिटल आणि लस राजनयाने भारताच्या परराष्ट्र धोरणाच्या प्रसारामध्ये महत्त्वपूर्ण भूमिका बजावली आहे. मोदी युग हे जागतिक स्तरावर भारताच्या विकसित भूमिकेचे प्रतिबिंब आहे; ज्यामध्ये व्यावहारिकता, सक्रियता आणि धोरणात्मक विचार यांचे मिश्रण आहे. तसेच यात आर्थिक वृद्धी, सुरक्षा आणि जागतिक नेतृत्व यावर लक्ष केंद्रित केले आहे. भारताच्या परराष्ट्र धोरणातील प्राधान्यक्रम आणि जागतिक घडामोडींमध्ये अधिक महत्त्वाची आणि प्रभावशाली भूमिका बजावण्याच्या आकांक्षांना आकार देण्यासाठी हा काळ महत्त्वपूर्ण ठरला आहे.

३.४.१ मोदी युगाची वैशिष्ट्ये :

२०१४ ते आत्तापर्यंतचा कालावधीभारतीय परराष्ट्र धोरणात महत्वाचा मानला जातो. या कालखंडातील भारताच्या परराष्ट्र धोरणाची वैशिष्ट्ये पुढीलप्रमाणे सांगता येतील :

१) नेबरहुड फर्स्ट पॉलिसी :

मोदी सरकारने 'नेबरहुड फर्स्ट' धोरणाद्वारे शेजारील देशांशी संबंध मजबूत करण्यावर भर दिला आहे. हे धोरण दक्षिण आशियातील देशांसोबत आर्थिक, राजकीय आणि सुरक्षा सहकार्य वाढविण्याचा प्रयत्न करते, जे या प्रदेशात नेतृत्वाची भूमिका बजावण्याची भारताची आकांक्षा प्रतिबिंबित करते.

२) ॲक्ट ईस्ट पॉलिसी :

लूक ईस्ट धोरणावर आधारित मोदी सरकारने आग्नेय आशियाई राष्ट्रे आणि विस्तृत इंडो-पॅसिफिक क्षेत्राशी भारताच्या प्रतिबद्धतेला पुन्हा चालना दिली आहे. ॲक्ट ईस्ट धोरणाचा उद्देश या गंभीर क्षेत्रात आर्थिक आणि धोरणात्मक संबंधांना चालना देणे हा आहे.

३) अमेरिकेशी वर्धित प्रतिबद्धता :

मोदी युगात भारत आणि अमेरिका यांच्यात घनिष्ठ संबंध दिसून आले आहेत. भारत-अमेरिका संबंध धोरणात्मक भागीदारीमध्ये वाढले आहेत आणि दोन्ही देशांनी संरक्षण, व्यापार आणि तंत्रज्ञानासारख्या विविध आघाड्यांवर सहकार्य केले आहे.

४) जागतिक मुत्सद्देगिरी :

या काळात भारताने जागतिक मंच आणि उपक्रमांमध्ये सक्रिय सहभाग घेतला आहे. जी-२० आणि ब्रिक्स सारख्या मंचांमध्ये जागतिक आर्थिक आणि राजकीय मुद्यांवर चर्चेत योगदान देत भारताने प्रमुख भूमिका बजावली आहे.

५) दहशतवादाबाबत मजबूत भूमिका :

भारताने दहशतवादाचा निषेध केला आहे आणि जागतिक धोक्याचा मुकाबला करण्यासाठी अधिक आंतरराष्ट्रीय सहकार्याचे आवाहन केले आहे. दहशतवादाचे समर्थन आणि प्रायोजकत्व करणाऱ्या देशांना एकाकी पाडण्याच्या गरजेवर सरकारने भर दिला आहे.

६) हवामान बदल आणि नवीकरणीय ऊर्जा :

इंटरनॅशनल सोलर अलायन्स (ISA) सारख्या उपक्रमांद्वारे भारताने हवामान बदलाला तोंड देण्यासाठी वचनबद्धता दर्शविली आहे. नूतनीकरणक्षम ऊर्जा उत्पादनाला चालना देणे आणि कार्बन फूटप्रिंट कमी करणे हे देशाचे उद्दिष्ट आहे.

७) डिजिटल राजनय :

मोदी सरकारने राजनय आणि संवादासाठी डिजिटल प्लॅटफॉर्म आणि सोशल मीडियाचा फायदा घेतला आहे. तंत्रज्ञानाच्या वापराने भारतीय देशांतरित जनसमूह आणि आंतरराष्ट्रीय समुदायाशी जोडण्यात महत्त्वाची भूमिका बजावली आहे.

८) लस राजनय :

भारत जगभरातील देशांना COVID-19 लसींचा पुरवठा करण्यात सक्रियपणे गुंतला आहे, एक जागतिक औषध निर्माता आणि मानवतावादी भागीदार म्हणून आपली भूमिका दर्शवित आहे.

९) सुरक्षा आणि संरक्षण :

मेक इन इंडिया उपक्रमाद्वारे संरक्षण उत्पादनात स्वावलंबनावर लक्ष केंद्रित करून भारत आपल्या सशस्त्र दलांचे आधुनिकीकरण करून त्यांची संरक्षण क्षमता वाढवत आहे.

१०) संबंध संतुलित करणे :

भारताने अमेरिका, रशिया आणि चीनसारख्या प्रमुख शक्तींशी आपले संबंध संतुलित करण्याचा प्रयत्न केला आहे तसेच इस्रायल आणि मध्य पूर्वेकडील राष्ट्रांशी घनिष्ठ संबंध विकसित करण्याचा प्रयत्न केला आहे.

११) द्विपक्षीय पुढाकार :

मोदी सरकारने धोरणात्मक, आर्थिक आणि संरक्षण भागीदारी मजबूत करण्यासाठी जपान, इस्रायल आणि ऑस्ट्रेलिया या प्रमुख देशांसोबत द्विपक्षीय उपक्रमांना प्रोत्साहन दिले आहे.

१२) डायस्पोरा प्रतिबद्धता :

भारतीय देशांतरित जनसमूह हा भारताच्या राजनयाचा एक महत्त्वाचा घटक राहिला आहे आणि जगभरातील भारतीय देशांतरित जनसमूहांना कौशल्य आणि प्रभावाशी संपर्क साधण्यासाठी आणि त्यांचा लाभ घेण्यासाठी प्रयत्न केले गेले आहेत.

३.४.२ मोदी युगातील प्रमुख घटना :

२०१४ मध्ये नरेंद्र मोदी यांची पंतप्रधानपदी निवड झाल्यापासून सुरू झालेल्या भारतीय राजकारणातील मोदी युग अनेक प्रमुख घटना आणि धोरणात्मक घडामोडींचे साक्षीदार आहे ज्याने देशाच्या देशांतर्गत आणि परराष्ट्र धोरणांना आकार दिला आहे.

१) नरेंद्र मोदी यांची निवड (२०१४) :

२०१४ मध्ये नरेंद्र मोदी पंतप्रधान म्हणून निवडून आल्याने भारताच्या नेतृत्वात महत्त्वपूर्ण बदल झाला. परराष्ट्र धोरणासाठी त्यांचा सक्रिय आणि ठाम दृष्टिकोन हे या काळातील एक निश्चित वैशिष्ट्य आहे. मोदींच्या नेतृत्वामुळे आर्थिक वृद्धी, प्रादेशिक नेतृत्व आणि आंतरराष्ट्रीय संबंधांमधील सूक्ष्म संतुलन यावर भर देत भारताच्या जागतिक सहभागामध्ये एक नवीन गतिशीलता आली.

२) अमेरिकेचे अध्यक्ष बराक ओबामा यांची भेट (२०१५) :

२०१५ मध्ये राष्ट्राध्यक्ष बराक ओबामा यांची भारत भेट हा भारत-अमेरिका संबंधांमधील एक महत्त्वाचा टप्पा होता. या भेटीचा परिणाम आशिया-पॅसिफिक आणि हिंदी महासागरासाठी भारत-अमेरिका संयुक्त धोरणात्मक दृष्टीकोनातून झाला, ज्यामुळे धोरणात्मक सहकार्य वाढले आणि दोन्ही देशांमधील वाढत्या भागीदारी अधोरेखित झाल्या.

३) मेक इन इंडिया (२०१४) :

२०१४ मध्ये सुरू करण्यात आलेल्या मेक इन इंडिया मोहिमेचा उद्देश भारताला जागतिक उत्पादन केंद्रात रूपांतरित करणे हा आहे. विदेशी गुंतवणुकीला चालना देणे, उत्पादनाला चालना देणे आणि भारतात व्यवसाय सुलभ करणे यावर लक्ष केंद्रित केले. या उपक्रमामुळे आर्थिक मुत्सद्देगिरीला चालना मिळाली आणि गुंतवणुकीसाठी भारताला एक आकर्षक ठिकाण म्हणून स्थान मिळाले.

४) पॅरिस हवामान करार (२०१५) :

पॅरिस हवामान कराराच्या वाटाघाटींमध्ये भारताने महत्त्वाची भूमिका बजावली. देशाच्या सक्रिय सहभागाने आणि कराराच्या अंतिम मंजुरीने हवामान बदलांना संबोधित करण्यासाठी आणि शाश्वत विकासाला चालना देण्यासाठी आपली वचनबद्धता अधोरेखित केली.

५) डोकलाम संघर्ष (२०१७) :

भारत-चीन-भूतान ट्राय जंक्शनजवळील डोकलाम प्रदेशात २०१७ मध्ये झालेल्या भारतीय आणि चिनी सैनिकांमधील सीमा विवादाचा समावेश होता. या कारवाईमुळे तणाव वाढला आणि सीमा समस्या व प्रादेशिक अखंडतेवर भारताची ठाम भूमिका अधोरेखित झाली.

६) कलम ३७० रद्द करणे (२०१९) :

जम्मू आणि काश्मीरला विशेष स्वायत्तता देणारे भारतीय राज्यघटनेतील कलम ३७० रद्द करण्याच्या भारत सरकारच्या निर्णयाचे देशांतर्गत आणि आंतरराष्ट्रीय स्तरावर मोठे परिणाम झाले. यामुळे काश्मीर प्रदेशाच्या राजकीय आणि सुरक्षा परिदृश्याची पुनर्रचना झाली.

७) बालाकोट एअर स्ट्राइक्स (२०१९) :

२०१९ मधील बालाकोट हवाई हल्ले ही एक महत्त्वपूर्ण लष्करी घटना होती. पुलवामा येथे झालेल्या दहशतवादी हल्ल्याला प्रत्युत्तर म्हणून भारताने पाकिस्तानातील बालाकोट येथे हवाई हल्ले केले. या कारवाईमुळे या प्रदेशातील सुरक्षेची समस्या वाढली आणि भारताच्या दहशतवादविरोधी प्रयत्नांवर त्याचा परिणाम झाला.

८) भारत-अमेरिका २+२ संवाद (२०१८, २०१९) :

२०१८ मध्ये सुरू झालेल्या भारत-अमेरिका २+२ मंत्रिस्तरीय संवादामध्ये दोन्ही देशांचे परराष्ट्र आणि संरक्षण मंत्री सामील होते. याने भारत आणि अमेरिका यांच्यातील धोरणात्मक भागीदारी मजबूत केली तसेच संरक्षण, सुरक्षा आणि तंत्रज्ञान यासारख्या विविध क्षेत्रांमध्ये सहकार्य वाढवले.

९) कोविड-१९ महामारी (२०२०) :

२०२० मध्ये सुरू झालेल्या जागतिक कोविड-१९ साथीच्या रोगाने भारत लस राजनया मध्ये सक्रियपणे गुंतलेला होता. भारताने जगभरातील राष्ट्रांना कोविड-१९ लसींचा पुरवठा केला, एक जबाबदार जागतिक अभिकर्ता म्हणून आपली भूमिका प्रदर्शित केली आणि आंतरराष्ट्रीय संबंध मजबूत केले.

१०) हिंदी महासागर राजनय :

हिंद महासागरातील राजनयावर भारताचे लक्ष या प्रदेशातील बेट राष्ट्रांशी संबंध वाढविणे, आर्थिक आणि सुरक्षा सहकार्य वाढवणे तसेच हिंदी महासागरात आपला प्रभाव कायम ठेवण्यासाठी कार्य करणे यांचा समावेश आहे. इंडियन ओशन रिम असोसिएशन (IORA) सारख्या उपक्रमांनी प्रादेशिक स्थिरता आणि सहकार्याला हातभार लावला आहे.

३.४.३ बालाकोट हवाई हल्ले :

बालाकोट एअर स्ट्राइक, ज्याला बालाकोट हवाई हल्ले म्हणूनही ओळखले जाते हे भारतीय हवाई दलाने (IAF) फेब्रुवारी २०१९ मध्ये चालवलेले एक लष्करी ऑपरेशन होते. पुलवामा येथील आत्मघाती बॉम्बस्फोटा १४ फेब्रुवारी २०१९ रोजी ४० भारतीय निमलष्करी जवानांचा मृत्यू झाला. या ऑपरेशनमध्ये पुलवामा येथील आत्मघाती बॉम्बस्फोटानंतर पाकिस्तानातील बालाकोट येथे असलेल्या दहशतवादी प्रशिक्षण शिबिराला लक्ष्य करण्यात आले.

१) पार्श्वभूमी :

बालाकोट स्ट्राइक हे पुलवामा हल्ल्याला थेट प्रत्युत्तर होते, हा हल्ला अलिकडच्या काही वर्षांत या प्रदेशातील सर्वात प्राणघातक हल्ल्यांपैकी एक होता. जैश-ए-मोहम्मद या पाकिस्तानस्थित दहशतवादी संघटनेच्या तळांवर हे हल्ले करण्यात आले.

२) उद्दिष्ट :

बालाकोट स्ट्राइकचा प्राथमिक उद्देश बालाकोटमधील दहशतवादी प्रशिक्षण शिबिराला लक्ष्य करणे आणि नष्ट करणे हा होता, ज्याचा वापर अतिरेक्यांना प्रशिक्षण देण्यासाठी आणि भारतात हल्ल्यांची योजना आखण्यासाठी जैश-ए-मोहम्मदद्वारे केला जात होता.

३) अंमलबजावणी :

२६ फेब्रुवारी २०१९ च्या पहाटे भारतीय हवाई दलाने पाकिस्तानच्या खैबर पख्तूनख्वा प्रांतातील बालाकोट भागात हवाई हल्ला केला. भारतीय मिराज २००० लढाऊ विमानांच्या एका गटाने लक्ष्यावर अचूक-मार्गदर्शित युद्धसामग्री टाकली, ज्यामुळे दहशतवादी प्रशिक्षण शिबिराचे मोठे नुकसान झाले.

४) आंतरराष्ट्रीय प्रतिसाद :

बालाकोट स्ट्राइकला विविध आंतरराष्ट्रीय प्रतिसाद मिळाले. दहशतवादविरोधी कारवाई यशस्वी झाल्याचा दावा भारताने केला. पाकिस्तानने महत्त्वपूर्ण नुकसान किंवा जीवितहानी नाकारली आणि भारतावर त्याच्या हवाई हद्दीचे उल्लंघन केल्याचा आरोप केला. या घटनेने दोन्ही देशांमधील तणाव वाढला.

५) याजकीय विकास :

प्रमुख शक्तींसह आंतरराष्ट्रीय समुदायाने भारत आणि पाकिस्तान यांच्यातील आणखी संघर्ष टाळण्यासाठी संयम आणि तणाव कमी करण्याचे आवाहन केले. परिस्थिती कमी करण्यासाठी राजनैतिक प्रयत्न केले गेले आणि दोन्ही देशांनी सदिच्छा म्हणून पकडलेल्या वैमानिकांची सुटका करण्याचे मान्य केले.

६) प्रभाव :

बालाकोट स्ट्राइकचे देशांतर्गत आणि आंतरराष्ट्रीय दोन्ही परिणाम होते. एका मोठ्या दहशतवादी हल्ल्याला प्रत्युत्तर देण्यासाठी भारताने घेतलेले धाडसी पाऊल म्हणून याकडे पाहिले जात होते. या घटनेने भारत-पाकिस्तान संबंधांचे वादग्रस्त स्वरूप आणि त्यांचे दीर्घकाळ चाललेले वाद अधोरेखित केले.

३.४.४ लस राजनय :

कोविड-१९ महामारीच्या काळात भारतीय परराष्ट्र धोरणाच्या उत्क्रांतीत लस राजनयाने महत्त्वपूर्ण भूमिका बजावली आहे.

१) मानवतावादी राजनय :

भारताच्या लस राजनयाचे मूळ मानवतावादी सहाय्यासाठी दीर्घकालीन वचनबद्धतेमध्ये आहे. संकट काळात गरजू देशांना मदत आणि दिलासा देण्याचा देशाचा इतिहास आहे आणि या लोकाचाराचा विस्तार लस वितरणात दिसून येतो.

२) जागतिक नेतृत्व :

भारताच्या लस राजनयामुळे स्वतःस महामारीच्या काळात एक जबाबदार आणि विश्वासार्ह जागतिक नेता म्हणून प्रक्षेपित करण्याची संधी भारतास मिळाली. जगभरातील देशांना कोविड-१९ लसींचा पुरवठा करून, भारताने विषाणूशी लढा देण्यासाठी जागतिक प्रयत्नांमध्ये योगदान दिले.

३) 'नेबरहुड फर्स्ट' धोरण :

नेबरहुड फर्स्ट धोरणाला लस राजनयाद्वारे बळकटी देण्यात आली, कारण भारताने त्याच्या शेजारील देशांना लसींचा पुरवठा केला. या भूमिकेमुळे प्रादेशिक संबंध मजबूत झाले आणि दक्षिण आशियातील प्रमुख भागीदार म्हणून भारताची भूमिका अधोरेखित झाली.

४) धोरणात्मक सहभाग :

लस राजनयाने जगभरातील देशांसोबत भारताची धोरणात्मक प्रतिबद्धता वाढवली. लसींच्या पुरवठ्यातील भारताच्या भूमिकेमुळे त्याचा प्रभाव वाढला आणि अमेरिकेसारख्या प्रमुख भागीदारांसोबत संबंध अधिक दृढ झाले, ज्यांनी भारताच्या लस उत्पादन क्षमतेची प्रशंसा केली.

५) सॉफ्ट पॉवर प्रक्षेपण :

सॉफ्ट पॉवर प्रक्षेपित करण्यासाठी भारताने जगातील सर्वोत्तम फार्मसी या दर्जाचा फायदा घेतला. लसींचे उत्पादन आणि वितरण करण्याच्या देशाच्या क्षमतेने त्यांचे कौशल्य आणि जागतिक योगदान प्रदर्शित केले.

६) सार्वजनिक राजनय :

भारताच्या सार्वजनिक राजनयाच्या प्रयत्नांमध्ये लस राजनयाचा समावेश करण्यात आला. सरकार आणि धोरणकर्त्यांनी भारताच्या लस निर्मिती आणि वितरणाविषयी सक्रियपणे संवाद साधला आणि जागतिक सार्वजनिक आरोग्यासाठी देशाची बांधिलकी अधोरेखित केली.

७) आर्थिक आणि व्यापार फायदे :

लस राजनयाचे आर्थिक आणि व्यापारी परिणामही होते. याने भारताला प्राप्तकर्त्या देशांशी आर्थिक आणि व्यापारी संबंध मजबूत करण्यासाठी, सद्भावना निर्माण करण्यासाठी आणि द्विपक्षीय संबंध वाढवण्याच्या संधी उपलब्ध करून दिल्या.

८) द्विपक्षीय संबंध वाढवणे :

भारताच्या लस राजनयाने अनेक देशांशी सखोल द्विपक्षीय संबंध वाढवले. उदाहरणार्थ, भारताने ब्राझील आणि बांगलादेश सारख्या देशांना लसींचा पुरवठा केल्याने संबंध मजबूत झाले आणि व्यापक सहकार्याला हातभार लागला.

९) भौगोलिक राजकीय महत्त्व :

भारताच्या लस राजनयाला भू-राजकीय महत्त्व आहे, विशेषत: चीनच्या लस वितरणाच्या प्रयत्नांच्या संदर्भात. जागतिक आरोग्य राजनय आणि लस पुरवठ्यामध्ये भारताला महत्त्वाचा अभिकर्ता म्हणून स्थान मिळाले.

१०) आव्हाने आणि टीका :

लस राजनयाने विशेषत: समान वितरणाबाबत आव्हाने आणि समस्या निर्माण केल्या. देशांतर्गत कोविड-१९ प्रकरणांमध्ये वाढ झाल्याने भारताला त्याच्या लस निर्यात निर्बंधांवर टीकेचा सामना करावा लागला.

❋❋❋❋

सरावासाठी प्रश्न

प्र. १. दीर्घोत्तरी प्रश्न.

१) भारताच्या परराष्ट्र धोरणाच्या आदर्शवादी टप्प्याची (१९४७-१९६६) वैशिष्ट्ये स्पष्ट करा.

२) भारताच्या परराष्ट्र धोरणाच्या उदारमतवादी टप्प्यात पंडित नेहरूंची भूमिका सांगा.

३) भारताच्या परराष्ट्र धोरणाच्या वास्तववादी टप्प्याची (१९६७-१९९०) वैशिष्ट्ये स्पष्ट करा.

४) भारताच्या परराष्ट्र धोरणाच्या वास्तववादी टप्प्यातील (१९६७-१९९०) प्रमुख घटनांची माहिती सांगा.

५) भारताच्या परराष्ट्र धोरणाच्या वास्तववादी टप्प्यात इंदिरा गांधींची भूमिका सांगा.

६) भारताच्या परराष्ट्र धोरणाच्या नव-उदारमतवादी टप्प्याची (१९९१-२०१३) वैशिष्ट्ये स्पष्ट करा.

७) भारताच्या परराष्ट्र धोरणाच्या नव-उदारमतवादी टप्प्यातील (१९९१-२०१३) प्रमुख घटना सांगा.

८) भारताच्या परराष्ट्र धोरणातील मोदी युगाची (२०१४ ते आत्तापर्यंत) वैशिष्ट्ये स्पष्ट करा.

९) भारताच्या परराष्ट्र धोरणाच्या मोदी युगातील (२०१४ ते आत्तापर्यंत) प्रमुख घटनांची माहिती सांगा.

प्र. २. टिपा लिहा.

१) वसाहतवादाला विरोध.

२) पंचशील आणि आदर्शवादी अवस्था.

३) अलिप्ततावाद आणि आदर्शवादी अवस्था.

४) भारत-चीन युद्ध (१९६२).

५) भारत-पाक युद्ध (१९७१).

६) पोखरण अणुचाचणी (१९७४)

७) श्रीलंकेत भारतीय शांतता दल.

८) नवीन आर्थिक सुधारणा.

९) कारगिल युद्ध (१९९९).

१०) पोखरण अणु चाचणी-II (१९९८)

११) भारतातील दहशतवादी हल्ले.

१२) बालाकोट स्ट्राइक.

१३) लस राजनय.

❋❋❋❋

प्रकरण ४

भारत एक उद्योन्मुख सत्ता

प्रस्तावना :

भारत आंतरराष्ट्रीय राजकारणात महत्त्वाचा अभिकर्ता म्हणून उदयास आला आहे, जो जागतिक सत्तांच्या गतिशीलतेमध्ये बदल दर्शवित आहे. वाढती अर्थव्यवस्था, मोठी आणि तरुण लोकसंख्या तसेच तंत्रज्ञान आणि नवकल्पना यातील प्रगती यामुळे भारताला एक उदयोन्मुख सत्ता म्हणून ओळख मिळाली आहे. भारताचे राजनैतिक पुढाकार, आंतरराष्ट्रीय मंचांमध्ये सक्रिय सहभाग आणि प्रमुख राष्ट्रांसोबतच्या धोरणात्मक भागीदारीमुळे जागतिक घडामोडींवर त्याचा प्रभाव वाढला आहे. लोकशाही मूल्ये, आर्थिक सुधारणा, हवामान बदल आणि दहशतवाद यासारख्या प्रादेशिक आणि जागतिक आव्हानांना तोंड देण्यासाठी भारताची जागतिक मंचावरील भूमिका त्याला अधिक मजबूत करते. भारताने आपली भू-राजकीय स्थिती मजबूत करत असताना बहुध्रुवीय जागतिक व्यवस्थेला आकार देण्यास, सहकार्याला चालना देण्यासआणि जागतिक समस्यांचे निराकरण करण्यात महत्त्वपूर्ण भूमिका बजावण्यात योगदान दिले आहे.

४.१ सॉफ्ट पॉवर (मृदू सत्ता) :

एक उदयोन्मुख सत्ता म्हणून भारताकडे लक्षणीय सॉफ्ट पॉवर संसाधने आहेत जी त्याचा जागतिक प्रभाव वाढवतात. या संसाधनांमध्ये समृद्ध सांस्कृतिक वारसा, विविध परंपरा, लोकशाही संस्था, शैक्षणिक उत्कृष्टता आणि कला, संगीत, सिनेमा, साहित्य आणि इतर घटक समाविष्ट आहेत. भारताची सॉफ्ट पॉवर त्याला जागतिक स्तरावर सकारात्मक प्रतिमा प्रक्षेपित करण्यास, राजनैतिक युती करण्यास आणि आंतरराष्ट्रीय लक्ष व सहकार्य आकर्षित करण्यास सक्षम करते. ही सॉफ्ट पॉवर अनेकदा जागतिक अभिकर्ता म्हणून भारताच्या भूमिकेला आकार देण्यासाठी तिच्या आर्थिक आणि लष्करी क्षमतांना पूरक म्हणून पाहिली जाते.

४.१.१ अर्थ :

सॉफ्ट पॉवर ही आंतरराष्ट्रीय संबंधांमधील एक संकल्पना आहे जी एखाद्या देशाच्या इतरांवर प्रभाव टाकण्याच्या आणि जागतिक घडामोडींना लष्करी किंवा आर्थिक शक्तीच्या ऐवजी अ-दमनकारी माध्यमाने आकार देण्याच्या क्षमतेचा संदर्भ देते. ही आकर्षित करण्याची आणि मन वळवण्याची शक्ती आहे, ज्याद्वारे एखाद्या राष्ट्राची संस्कृती, मूल्ये,

धोरणे आणि मुत्सद्दीपणा एक सकारात्मक प्रतिमा तयार करतात आणि इतर देश आणि त्यांच्या लोकसंख्येकडून समर्थन किंवा प्रशंसा मिळवतात.

४.१.२ सॉफ्ट पॉवर म्हणून भारत :

भारताची सॉफ्ट पॉवर ही एक गतिमान आणि विकसित होणारी शक्ती आहे, ती सांस्कृतिक वारसा, परंपरा, बौद्धिक भांडवल आणि विविध क्षेत्रातील योगदानांमध्ये खोलवर रुजलेली आहे. वाढती जागतिक सत्ता म्हणून संबंध प्रस्तापित करण्यासाठी, जागतिक समज वाढवण्यासाठी आणि जागतिक स्तरावर आपली सकारात्मक प्रतिमा वाढवण्यासाठी भारत आपल्या सॉफ्ट पॉवर संसाधनांचा वापर करतो. ही वैशिष्ट्ये एकत्रितपणे भारताला सॉफ्ट पॉवरच्या क्षेत्रात एक प्रमुख अभिकर्ता बनवतात, जागतिक घडामोडींवर प्रभाव टाकतात आणि जागतिक संस्कृती व मुत्सद्दीपणाच्या समृद्धीसाठी योगदान देतात. सॉफ्ट पॉवरची खालील वैशिष्ट्ये आहेत :

१) सांस्कृतिक विविधता आणि वारसा :

भारताची सॉफ्ट पॉवर हजारो वर्षांच्या विशाल सांस्कृतिक विविधता आणि समृद्ध वारशाशी घट्टपणे जोडलेली आहे. २,००० हून अधिक भिन्न वांशिक गट आणि १,६०० हून अधिक बोलल्या जाणाऱ्या भाषांमुळे, भारत हा परंपरा, चालीरीती आणि कलात्मक अभिव्यक्तींचा एक आदर्श आहे. ताजमहाल सारख्या प्रतिष्ठित वास्तू आणि मोहेंजोदारो सारख्या ऐतिहासिक स्थळांद्वारे भारतीय प्राचीन सभ्यतेने जगावर एक अमिट छाप सोडली आहे. ही सांस्कृतिक परंपरा एक चुंबक म्हणून काम करते, जागतिक स्तरावर स्वारस्य आणि प्रशंसा प्राप्त करते, भारताच्या खोल रुजलेल्या परंपरांबद्दल कुतूहल आणि कौतुकाची भावना वाढवते.

२) बॉलिवूडचा प्रभाव :

भारतीय चित्रपटांचा जागतिक प्रभाव (बॉलीवूड) हा भारताच्या सॉफ्ट पॉवरचा पुरावा आहे. बॉलीवूड चित्रपट हे त्यांच्या दोलायमान कथाकथन, भावनिक खोली आणि विस्तृत गाणे-आणि-नृत्य अनुक्रमांसाठी ओळखले जातात. त्यांनी सांस्कृतिक सीमा ओलांडल्या आहेत. ते सांस्कृतिक राजदूत म्हणून काम करतात, भारतीय समाज, मूल्ये आणि भावनांमध्ये एक सिनेमा जगताची रूपरेषा प्रदान करतात. शाहरुख खान आणि ऐश्वर्या राय सारख्या अभिनेत्यांच्या जागतिक लोकप्रियतेमुळे भारताबद्दल सकारात्मक समज निर्माण झाली आहे आणि आंतरराष्ट्रीय चाहता वर्ग निर्माण झाला आहे. ज्यामुळे बॉलीवूड एक महत्त्वपूर्ण सॉफ्ट पॉवर माध्यम बनले आहे.

३) योग आणि आध्यात्मिक ज्ञान :

भारताची सॉफ्ट पॉवर निरोगीपणा आणि अध्यात्मिक ज्ञानाच्या क्षेत्रापर्यंत पसरलेली आहे, त्यात योग अग्रभागी आहे. भारतीय तत्त्वज्ञानात रुजलेल्या योगाच्या प्राचीन सरावाने शारीरिक आणि मानसिक आरोग्याला चालना देण्यासाठी व्यापक मान्यता मिळवली आहे. योगाची जागतिक लोकप्रियता सीमांच्या पलीकडे आहे, जगभरातील लाखो लोक त्याला संपूर्ण जीवनशैली निवड म्हणून स्वीकारतात. याव्यतिरिक्त, भगवद्गीता आणि उपनिषदांसारखे भारताचे अध्यात्मिक ग्रंथ मानवी अस्तित्वाबद्दल गहन अंतर्दृष्टी देतात, बुद्धीच्या साधकांना आकर्षित करतात आणि अध्यात्मिक ज्ञानाचा प्रकाशमान म्हणून भारताच्या सॉफ्ट पॉवरमध्ये योगदान देतात.

४) आर्थिक लवचिकता आणि वृद्धी :

भारताची आर्थिक लवचिकता आणि शाश्वत वृद्धी त्याच्या सॉफ्ट पॉवरमध्ये महत्त्वपूर्ण योगदान देते. सर्वात वेगाने वाढणाऱ्या प्रमुख अर्थव्यवस्थांपैकी एक म्हणून भारताची यशोगाथा जागतिक लक्ष आणि भागीदारी आकर्षित करते. देशाची आर्थिक गतिमानता, विशेषतः माहिती तंत्रज्ञान, फार्मास्युटिकल्स आणि नवीकरणीय ऊर्जा यासारख्या क्षेत्रांमध्ये, नाविन्य आणि उद्योजकता दर्शवते. आर्थिक आव्हानांना समायोजित करण्याची

भारताची क्षमता मजबूत वृद्धीची स्थिती राखून ते जागतिक स्तरावर एक विश्वासार्ह आणि आकर्षक भागीदार म्हणून, आर्थिक संबंध आणि सहयोग वाढवून आपली सॉफ्ट पॉवर मजबूत करते.

५) देशांतरित जनसमूहांचा प्रभाव :

जगभरात विखुरलेले देशांतरित जनसमूह, भारताच्या सॉफ्ट पॉवरचे शक्तिशाली प्रवर्तक म्हणून काम करतात. व्यवसाय, विज्ञान, कला आणि राजकारण यासारख्या विविध क्षेत्रातील यशस्वी व्यक्तींचा समावेश असलेले भारतीय देशांतरित जनसमूह आंतरराष्ट्रीय स्तरावर भारताची सकारात्मक प्रतिमा निर्माण करण्यात योगदान देतात. भारतीय वंशाच्या व्यक्तींचे यश आणि योगदान सांस्कृतिक पूल तयार करतात आणि मजबूत आर्थिक आणि सांस्कृतिक संबंध प्रस्थापित करतात. हे जागतिक नेटवर्क भारत आणि देशांतरित जनसमूह राहत असलेल्या देशांमधील समज, सहयोग आणि परस्पर आदर वाढवून भारताच्या सॉफ्ट पॉवरला बळकटी देते.

६) पाककृतींद्वारे राजनय :

वैविध्यपूर्ण चव, मसाले आणि पाककलेसाठी प्रसिद्ध असलेल्या भारतीय पाककृती भारताच्या सॉफ्ट पॉवरमध्ये महत्त्वाची भूमिका बजावतात. भारतीय खाद्यपदार्थांची जागतिक लोकप्रियता, चवदार करीपासून सुगंधित बिर्याणी आणि मसालेदार स्ट्रीट स्नॅक्सपर्यंत, भारतीय संस्कृतीचा एक स्वादिष्ट परिचय म्हणून काम करते. भारतीय रेस्टॉरंट्स जगाच्या जवळजवळ प्रत्येक कोपऱ्यात आढळतात, सांस्कृतिक राजदूत बनतात, जे सीमेच्या पलीकडे जाणारा पाकशास्त्रीय प्रवास देतात. पाकविषयक मुत्सद्देगिरी केवळ लोकांशी संबंध वाढवते असे नाही तर पाककलेची समृद्धता आणि आदरातिथ्य असलेली भूमी म्हणून भारताची सकारात्मक धारणा वाढवते.

७) लोकशाही आणि मूल्ये :

भारताची लोकशाही, धर्मनिरपेक्षता आणि बहुसंख्याकता यांच्याशी असलेली बांधिलकी ही भारताच्या सॉफ्ट पॉवरचा मूलभूत घटक आहे. जगातील सर्वात मोठी लोकशाही म्हणून भारत सर्वसमावेशकता आणि विविधतेवर भर देत लोकशाही शासनाचे प्रारूप म्हणून काम करतो. एकात्म राष्ट्रामध्ये असंख्य सांस्कृतिक ओळखीद्वारे एक जटिल सामाजिक रचना व्यवस्थापित करण्याची त्याची क्षमता जागतिक स्तरावर प्रतिध्वनी असलेल्या मूल्यांसाठी वचनबद्धता दर्शवते. वैयक्तिक हक्क, स्वातंत्र्य आणि विविध समुदायांच्या शांततापूर्ण सहअस्तित्वाला प्राधान्य देणारे शासन प्रारूप सादर करून भारताची लोकशाही तत्त्वे त्याच्या सॉफ्ट पॉवरमध्ये योगदान देतात.

८) माहिती तंत्रज्ञान केंद्र :

जागतिक माहिती तंत्रज्ञान (IT) केंद्र म्हणून भारताचा उदय हे नाविन्य आणि तंत्रज्ञानामधील प्रगती असून भारताची सॉफ्ट पॉवर वाढवत आहे. देशातील आणि परदेशात माहिती तंत्रज्ञान क्षेत्रातील भारतीय व्यावसायिकांचे यश, सॉफ्टवेअर डेव्हलपमेंट, सायबर सुरक्षा आणि डिजिटल सेवांमध्ये भारताच्या पराक्रमावर प्रकाश टाकते. आउटसोर्सिंगची भरभराट भारताची एक विश्वासार्ह आणि कुशल कार्यबल म्हणून प्रतिष्ठा वाढवते आणि जागतिक व्यवसायांना आकर्षित करते. वेगाने विकसित होत असलेल्या डिजिटल परिप्रेक्षामध्ये जुळवून घेण्याची क्षमता दाखवून भारतातील निर्माण होणारी तांत्रिक प्रगती त्याच्या सॉफ्ट पॉवरमध्ये योगदान देते.

९) शिक्षणाद्वारे सॉफ्ट पॉवर :

भारताची सॉफ्ट पॉवर शिक्षणाच्या क्षेत्रापर्यंत पसरलेली आहे, भारतातील प्राचीन विद्यापीठे आणि आधुनिक संस्था जगभरातील विद्यार्थ्यांना आकर्षित करतात. शैक्षणिक विषयांची विविधता, समृद्ध बौद्धिक वारसा, भारताला ज्ञानाच्या देवाणघेवाणीचे केंद्र बनवते. भारतात शिक्षण घेत असलेल्या आंतरराष्ट्रीय विद्यार्थ्यांची वाढती संख्या सांस्कृतिक देवाणघेवाण वाढवते, जागतिक नेटवर्क तयार करते आणि परस्पर समंजसपणा वाढवते. शैक्षणिक

सहयोग, संशोधन भागीदारी आणि शैक्षणिक विषय म्हणून भारतीय भाषांचे संवर्धन हे जागतिक शैक्षणिक समुदायामध्ये चिरस्थायी संबंध प्रस्थापित करून भारताच्या सॉफ्ट पॉवरमध्ये योगदान देतात.

१०) जागतिक नेतृत्व आणि शांतता राखणे :

आंतरराष्ट्रीय शांतता मोहिमांमध्ये आणि राजकीय उपक्रमांमध्ये भारताचा सक्रिय सहभाग त्याला जबाबदार जागतिक अभिकर्ता म्हणून स्थान देतो आणि त्याच्या सॉफ्ट पॉवरमध्ये योगदान देतो. जागतिक स्थिरता आणि शांतता राखण्यासाठी कटिबद्ध राष्ट्र म्हणून, भारत प्रादेशिक संघर्षांचे निराकरण करण्यासाठी आणि संवादाला चालना देण्यासाठी राजकीय प्रयत्नांमध्ये गुंतलेला आहे. संयुक्त राष्ट्रांच्या शांतता मोहिमेतील भारताची भूमिका जगभरात शांतता आणि सुरक्षा प्रस्थापित करण्याच्या वचनबद्धतेला अधोरेखित करते. या प्रयत्नांद्वारे भारत जबाबदारी, विश्वासार्हता आणि जागतिक शांतता व स्थिरतेसाठी योगदान देण्याच्या समर्पणाची प्रतिमा प्रक्षेपित करून आपली सॉफ्ट पॉवर वाढवत आहे.

११) अंतराळ संशोधन यश :

अंतराळ संशोधनात भारताची उल्लेखनीय कामगिरी तांत्रिक पराक्रम आणि महत्त्वाकांक्षा दाखवून त्याच्या सॉफ्ट पॉवरमध्ये योगदान देते. २०१४ मधील यशस्वी मार्स ऑर्बिटर मिशनने (मंगलयान) भारताला मंगळाच्या कक्षेत पोहोचणारे पहिले आशियाई राष्ट्र आणि आपल्या पहिल्या प्रयत्नात असे करणारे जागतिक स्तरावर पहिले राष्ट्र म्हणून स्थान दिले. हे यश भारताच्या अंतराळ तंत्रज्ञान आणि नवकल्पनातील क्षमतांवर प्रकाश टाकतात, ज्यामुळे भारताची एक अग्रेषित विचारसरणी आणि तांत्रिकदृष्ट्या प्रगत राष्ट्र म्हणून सकारात्मक जागतिक धारणा निर्माण होते. अंतराळ संशोधन हे आंतरराष्ट्रीय सहकार्य आणि भागीदारींना प्रोत्साहन देते, ज्यामुळे जागतिक वैज्ञानिक समुदायात भारताचे स्थान आणखी उंचावले जाते.

१२) पर्यावरण नेतृत्व :

पर्यावरण संवर्धन आणि शाश्वत विकासासाठी भारताचे प्रयत्न त्याची सॉफ्ट पॉवर वाढवण्यात महत्त्वपूर्ण भूमिका बजावते. अक्षय ऊर्जा, वनीकरण आणि हवामान बदल कमी करण्यावर लक्ष केंद्रित करून, भारत जागतिक पर्यावरणीय आव्हानांना तोंड देण्यासाठी वचनबद्धतेचे प्रदर्शन करतो. सौरऊर्जा सहकार्याला चालना देण्याच्या उद्देशाने आंतरराष्ट्रीय सौर आघाडी सारख्या उपक्रमांनी भारताला शाश्वत पद्धतींमध्ये अग्रेसर स्थान दिले आहे. हवामान बदलावरील जागतिक चर्चेत सक्रियपणे सहभागी होऊन आणि पर्यावरणपूरक धोरणे अवलंबून, भारत जागतिक प्राधान्यक्रमांशी सरेखित होऊन आणि पर्यावरणीय जबाबदार विकासाची प्रतिमा प्रक्षेपित करून आपली सॉफ्ट पॉवर मजबूत करतो.

४.२ सागरी धोरणे :

भारत उदयोन्मुख सत्ता म्हणून आपले हितसंबंध सुरक्षित ठेवण्यासाठी, हिंद महासागर क्षेत्रात स्थिरता राखण्यासाठी आणि जागतिक स्तरावर आपला प्रभाव प्रक्षेपित करण्यासाठी आपली सागरी धोरणे सक्रियपणे विकसित करत आहे. हिंदी महासागर क्षेत्राच्या बदलत्या गतिमानतेला प्रतिसाद म्हणून भारताची सागरी धोरणे विकसित होत आहेत. एक उदयोन्मुख सत्ता म्हणून भारत या महत्त्वाच्या सागरी क्षेत्रात आपला प्रभाव, स्थैर्य टिकवून ठेवण्याचा आणि आपले हित जपण्याचा प्रयत्न करतो. सुरक्षा, आर्थिक वृद्धी, राजनय आणि सहकार्य यांचा समावेश असलेल्या या धोरणांमुळे २१ व्या शतकात एक जबाबदार आणि प्रभावशाली सागरी शक्ती बनण्याची भारताची वचनबद्धता अधोरेखित होते.

४.२.१ सागरी धोरणांचा इतिहास :

ऐतिहासिक, भौगोलिक आणि भू-राजकीय घटकांच्या प्रभावाखाली भारताची सागरी धोरणे शतकानुशतके विकसित झाली आहेत. भारताच्या सागरी धोरणांचा इतिहास अनेक प्रमुख टप्प्यांमध्ये विभागता येईल :

१) प्राचीन सागरी व्यापार (प्रागैतिहासिक ते सहाव्या शतकापर्यंत) :

भारताचा सागरी इतिहास हा प्रागैतिहासिक काळापासूनचा आहे, सिंधू संस्कृतीचा मेसोपोटेमियाशी व्यापार होता. मौर्य आणि गुप्त साम्राज्यांनी रोमन साम्राज्य आणि आग्नेय आशियाशी मजबूत सागरी व्यापार संबंध राखले. भरुच आणि ताम्रलिप्ता सारखी प्रमुख बंदरे महत्त्वाची व्यापारी केंद्रे म्हणून काम करत होती.

२) चोल राजवंश (नववे ते तेरावे शतक) :

चोल राजवंश विशेषत: राजराजा चोल आणि त्याच्या उत्तराधिकाऱ्यांच्या कारकिर्दीत, भारताच्या सागरी इतिहासातील एक महत्त्वाचा टप्पा होता. चोलांनी त्यांच्या नौदल शक्तीचा विस्तार केला आणि हिंदी महासागरातील प्रमुख भाग नियंत्रित केले. त्यांनी आग्नेय आशियाशी व्यापारी संबंध प्रस्थापित केले आणि त्यांचा प्रभाव इंडोनेशियन द्वीपसमूहातही वाढवला.

३) मध्ययुगीन कालखंड आणि युरोपियन आगमन (चौदावे ते सतरावे शतक) :

मध्ययुगीन काळात अरब जग, चीन आणि युरोप यांच्याबरोबर सागरी व्यापाराचा उदय झाला. कालिकत आणि सुरत ही प्रमुख बंदरे व्यापाराची केंद्रे होती. युरोपियन शक्ती, विशेषतः पोर्तुगीज, डच आणि ब्रिटीशांच्या आगमनाने भारतीय सागरी हितसंबंधांवर बाह्य शक्तींचा प्रभाव वाढू लागला. पोर्तुगीजांनी प्रमुख बंदरे आणि व्यापार मार्गांवर नियंत्रण स्थापित केले.

४) ब्रिटिश वसाहती युग (सतरावे ते विसावे शतक) :

ब्रिटीश ईस्ट इंडिया कंपनीने भारताच्या सागरी इतिहासाला आकार देण्यात मोलाची भूमिका बजावली. त्यांनी विशाल किनारपट्टीच्या प्रदेशांवर नियंत्रण ठेवले आणि नौदलाचे वर्चस्व प्रस्थापित केले. भारत ब्रिटीश साम्राज्याच्या मुकुटातील रत्न बनला आणि ब्रिटीशांच्या हितासाठी तेथील सागरी संसाधनांचा वापर केला. या काळात रॉयल इंडियन नेव्ही म्हणून ओळखल्या जाणाऱ्या भारतीय नौदलाने ब्रिटीश शाही हितसंबंधांसाठी महत्त्वपूर्ण भूमिका बजावली होती.

५) स्वातंत्र्योत्तर काळ :

१९४७ मध्ये स्वातंत्र्य मिळाल्यानंतर भारताने आपले सागरी सार्वभौमत्व पुन्हा प्रस्थापित करण्यास सुरुवात केली. भारतीय नौदलाची अधिकृतपणे स्थापना झाली आणि शीतयुद्धाच्या काळात भारताने अलिप्ततावादाचे धोरण स्वीकारले. भारताची सागरी व्यूहरचना आपल्या सागरी हितसंबंधांची सुरक्षा आणि प्रादेशिक स्थिरता सुनिश्चित करण्यावर केंद्रित आहे.

६) १९७१ भारत-पाक युद्ध आणि बांगलादेशचा जन्म :

१९७१ च्या भारत-पाक युद्धामुळे बांगलादेशचा जन्म झाला. या युद्धाचे महत्त्वपूर्ण सागरी परिणाम होते. भारताच्या नौदल नाकेबंदीने युद्धाच्या परिणामात महत्त्वपूर्ण भूमिका बजावली आणि प्रादेशिक संघर्षांमध्ये सागरी शक्तीचे महत्त्व प्रदर्शित केले.

७) आधुनिक सागरी धोरणे :

२० व्या शतकाच्या उत्तरार्धात आणि २१ व्या शतकात भारताची सागरी धोरणे सतत विकसित होत राहिली आहेत. भारताने आपल्या नौदल क्षमतेचे आधुनिकीकरण करणे, विमानवाहू जहाजे, पाणबुड्या आणि प्रगत

जहाजे ताब्यात घेण्यावर भर दिला आहे. हिंद महासागर क्षेत्रात सहकार्य आणि सुरक्षेला प्रोत्साहन देण्यासाठी सागरी मुत्सद्देगिरी आणि प्रादेशिक मंचांमध्येही भारत सक्रियपणे गुंतलेला आहे.

८) सागर आणि ऍक्ट ईस्ट धोरण :

पंतप्रधान नरेंद्र मोदी यांनी सादर केलेले प्रदेशातील सर्वांसाठी सुरक्षा आणि वृद्धी (SAGAR) धोरण, हिंद महासागर क्षेत्रासाठी भारताची वचनबद्धता अधोरेखित करते. हे आर्थिक सहकार्य, संवाद आणि सुरक्षिततेला प्रोत्साहन देते. भारताचे ऍक्ट ईस्ट धोरण देखील सागरी मुत्सद्देगिरीद्वारे आग्नेय आशियाई राष्ट्रांशी संबंध मजबूत करण्यावर भर देते.

९) धोरणात्मक भागीदारी :

सागरी आव्हानांना एकत्रितपणे तोंड देण्यासाठी भारताने समविचारी राष्ट्रांसह, विशेषतः अमेरिका, जपान आणि ऑस्ट्रेलियासोबत धोरणात्मक भागीदारी जोपासली आहे. या भागीदारीमुळे भारताचा सागरी प्रभाव वाढला आहे.

४.२.२ सागरी धोरणांचा विकास :

भारताच्या सागरी धोरणांचा विकास ही ऐतिहासिक, भू-राजकीय आणि आर्थिक घटकांनी आकारास आलेली गतिशील प्रक्रिया आहे.

१) प्राचीन सागरी परंपरा :

भारताला प्राचीन काळापासून सागरी व्यापाराचा समृद्ध इतिहास आहे. सिंधू संस्कृती मेसोपोटेमियाबरोबर सागरी व्यापारात गुंतलेली होती. मौर्य आणि गुप्त साम्राज्यांनी रोमन साम्राज्य आणि आग्नेय आशिया सारख्या प्रदेशांशी मजबूत सागरी संबंध राखले होते, प्रमुख बंदरे व्यापार केंद्रे म्हणून काम करत होती.

२) युरोपियन वसाहती युग :

पोर्तुगीज, डच आणि ब्रिटिशांसारख्या युरोपीय शक्तींच्या आगमनाने भारताच्या सागरी हितसंबंधांवर लक्षणीय परिणाम केला. पोर्तुगीजांनी प्रमुख बंदरे आणि व्यापारी मार्गांवर नियंत्रण प्रस्थापित केले. ब्रिटीश ईस्ट इंडिया कंपनीच्या वर्चस्वामुळे विशाल किनारपट्टीच्या प्रदेशांवर ब्रिटिशांचे नियंत्रण प्रस्थापित झाले.

३) सागरी मुत्सद्दीपणा आणि प्रादेशिक सहभाग :

हिंद महासागर क्षेत्रात सहकार्य, सुरक्षा आणि आर्थिक वाढीस प्रोत्साहन देण्यासाठी भारत सागरी मुत्सद्देगिरी आणि प्रादेशिक मंचांमध्ये सक्रियपणे गुंतलेला आहे. प्रदेशातील सर्वांसाठी सुरक्षा आणि वृद्धी (डत्रद्ध) आणि ऍक्ट ईस्ट धोरण यासारखे उपक्रम या क्षेत्राप्रती भारताची वचनबद्धता अधोरेखित करतात.

४) सागरी संसाधनांचा विकास :

भारताने आपल्या सागरी संसाधनांची आर्थिक क्षमता ओळखली. आर्थिक वृद्धी आणि रोजगार निर्मितीला चालना देण्यासाठी मत्स्यपालन, समुद्रातली ऊर्जा आणि खोल समुद्रातील खनिजे यासारख्या सागरी संसाधनांच्या शाश्वत वापरावर लक्ष केंद्रित केले.

५) बंदर आणि पायाभूत सुविधांचा विकास :

भारताने हिंदी महासागर क्षेत्रातील बंदरे आणि पायाभूत सुविधांच्या विकासासाठी गुंतवणूक केली आहे. इराणमधील चाबहार बंदरासारख्या उपक्रमांचा उद्देश भारताच्या सामरिक हितसंबंधांशी सरेखित करून दळणवळण आणि व्यापाराच्या संधी वाढवणे आहे.

६) सागरी सुरक्षा आणि संरक्षण :

सागरी सुरक्षा आणि संरक्षण सुनिश्चित करणे सर्वोपरि झाले आहे. भारताच्या सागरी धोरणामध्ये सागरी मार्गांचे रक्षण करणे, त्याच्या विशेष आर्थिक क्षेत्राचे (EEZ) संरक्षण करणे आणि चाचेगिरी व दहशतवाद यासारख्या सागरी धोक्यांचा सामना करणे यावर भर देण्यात आला आहे.

७) नौदल आधुनिकीकरण आणि तंत्रज्ञान प्रगती :

भारताच्या सागरी धोरणामध्ये प्रगत नौदल मालमत्तेचे संपादन आणि तंत्रज्ञानाच्या प्रगतीवर लक्ष केंद्रित करणे समाविष्ट आहे. भारतीय नौदलाने आपली सागरी क्षमता वाढवण्यासाठी विमानवाहू युद्धनौका, पाणबुड्या आणि क्षेपणास्त्र संरक्षण प्रणाली विकसित केली आहे.

८) मानवतावादी सहाय्य आणि आपत्ती निवारण (HADR) :

भारताच्या सागरी धोरणामध्ये मानवतावादी संकटे आणि नैसर्गिक आपत्तींना प्रतिसाद देण्याची क्षमता समाविष्ट आहे. भारताची नौदल साधने अनेकदा मानवतावादी सहाय्य आणि आपत्ती निवारण ऑपरेशन्ससाठी तैनात केली जातात. ही बाब प्रादेशिक स्थिरता आणि कल्याणासाठी भारताची वचनबद्धता प्रदर्शित करते.

९) पर्यावरणीय पुढाकार :

सागरी क्षेत्रात पर्यावरण संरक्षणाचे महत्त्व भारताने मान्य केले आहे. इंटरनॅशनल सोलर अलायन्स (ISA) सारख्या उपक्रमांचे उद्दिष्ट हवामान बदलांना संबोधित करणे आणि शाश्वत पद्धतींना प्रोत्साहन देणे हे आहे.

१०) सागरी शासन आणि संशोधन :

भारत सागरी शासन आणि हिंदी महासागराशी संबंधित नियम तयार करण्यात मोठी भूमिका बजावतो. सागरी प्रकरणांवर लक्ष केंद्रित करणाऱ्या आंतरराष्ट्रीय संस्था आणि मंचांमधील सहभागामुळे भारताचा सागरी प्रभाव मजबूत होतो.

४.२.३ सागरी धोरणाचे महत्त्व :

एक उगवती शक्ती म्हणून भारतासाठी सागरी रणनीतींचे महत्त्व जास्त सांगता येणार नाही. भारताचे परराष्ट्र धोरण, आर्थिक वाढ, सुरक्षा आणि प्रादेशिक प्रभाव यांना आकार देण्यात भारताच्या सागरी धोरणांची महत्त्वपूर्ण भूमिका आहे.

१) आर्थिक वृद्धी आणि व्यापार :

सागरी मार्ग हे भारताच्या आंतरराष्ट्रीय व्यापाराच्या जीवनरेखा आहेत. भारताचा अंदाजे ९०% व्यापार खंडानुसार आणि ७०% समुद्रमार्गे वाहतूक केला जातो. देशाच्या आर्थिक विकासासाठी सुरक्षित आणि कार्यक्षम सागरी वातावरण आवश्यक आहे.

२) ऊर्जा सुरक्षा :

भारताच्या ऊर्जेच्या गरजांचा एक महत्त्वाचा भाग आयातीद्वारे पूर्ण केला जातो, विशेषतः कच्चे तेल आणि द्रवीभूत नैसर्गिक वायू (LNG). देशाची ऊर्जा सुरक्षा आणि आर्थिक स्थिरतेसाठी ऊर्जा पुरवठा मार्गांची सुरक्षा सुनिश्चित करणे आवश्यक आहे.

३) मत्स्य अर्थव्यवस्था :

भारताचे सागरी धोरण मत्स्य अर्थव्यवस्थ्येच्या विकासाला मदत करते. हे मत्स्यपालन, मत्स्यशेती, ऊर्जा आणि खनिजांसारख्या सागरी संसाधनांच्या शाश्वत शोषणास प्रोत्साहन देते, ज्यामुळे आर्थिक वृद्धी आणि रोजगार निर्मिती होते.

४) भौगोलिक राजकीय प्रभाव :

भारताचे सागरी धोरण हिंद महासागर क्षेत्रामध्ये त्याचा प्रभाव प्रक्षेपित करते, जे एक महत्त्वपूर्ण भू-राजकीय क्षेत्र आहे. भारताचा सागरी राजनय आणि भागीदारी भारत-पॅसिफिकमध्ये प्रादेशिक स्थिरता आणि प्रभावशाली अभिकर्ता म्हणून त्याची भूमिका वाढवते.

५) सुरक्षा आणि संरक्षण :

भारताचे प्रादेशिक पाणी, अनन्य आर्थिक क्षेत्र (EEZ) आणि किनारपट्टीचे संरक्षण करण्यासाठी सागरी सुरक्षा सुनिश्चित करणे आवश्यक आहे. यामध्ये दळणवळणाच्या सागरी मार्गांचे रक्षण करणे आणि चाचेगिरी व दहशतवाद यासारख्या सागरी धोक्यांचा सामना करणे समाविष्ट आहे.

६) मुत्सद्दीपणा आणि बहुपक्षीय प्रतिबद्धता :

सागरी मंच आणि संघटनांमध्ये भारताचा सहभाग राजनैतिक संबंधांना प्रोत्साहन देतो आणि हिंद महासागर क्षेत्रातील एक जबाबदार भागधारक म्हणून आपली स्थिती मजबूत करतो. सागरी गुंतवणुक शेजारील राष्ट्रांशी सहकारी संबंध निर्माण करण्यास मदत करते.

७) सागरी कार्यक्षेत्र जागरूकता :

सागरी क्रियाकलापांचे निरीक्षण करण्यासाठी आणि उदयोन्मुख धोक्यांना प्रभावीपणे प्रतिसाद देण्यासाठी एक मजबूत सागरी कार्यक्षेत्र जागरूकता प्रणाली आवश्यक आहे. हे भारताची सागरी सुरक्षा, गुप्तचर आणि पाळत ठेवण्याची क्षमता वाढवते.

८) धोरणात्मक भागीदारी :

अमेरिका, जपान आणि ऑस्ट्रेलिया यासारख्या समविचारी राष्ट्रांसोबत भारताची धोरणात्मक भागीदारी प्रादेशिक आणि जागतिक आव्हानांना एकत्रितपणे सामोरे जाण्यास मदत करते. ही भागीदारी भारताची सुरक्षा आणि प्रभाव वाढविते.

९) बंदर आणि पायाभूत सुविधांचा विकास :

हिंद महासागर क्षेत्रातील बंदरे आणि पायाभूत सुविधांचा विकास दळणवळण, व्यापार आणि आर्थिक वृद्धीला चालना देतो. इराणमधील चाबहार बंदरासारख्या उपक्रमांमुळे भारताचा प्रादेशिक प्रभाव आणि व्यापारी संबंध मजबूत झाले आहेत.

१०) मानवतावादी सहाय्य आणि आपत्ती निवारण (HADR) :

भारताच्या सागरी धोरणामध्ये मानवतावादी संकटे आणि नैसर्गिक आपत्तींना प्रतिसाद देण्याची क्षमता समाविष्ट आहे. या ऑपरेशन्समुळे भारताची प्रादेशिक प्रतिष्ठा तर वाढतेच पण प्रादेशिक स्थैर्य आणि कल्याणाप्रती त्याची बांधिलकी देखील दिसून येते.

४.३ अर्थव्यवस्था :

भारताची अर्थव्यवस्था एक उदयोन्मुख सत्ता म्हणून जागतिक महत्त्वाच्या दिशेने त्याच्या मार्गक्रमणात महत्त्वपूर्ण स्थान व्यापते. आर्थिक क्षमता, लोकसंख्याशास्त्रीय फायदा आणि वाढत्या ग्राहक बाजारपेठेची समृद्ध परंपरा यामुळे भारताचा आर्थिक पराक्रम हा जागतिक स्तरावर त्याच्या विकासाचा एक निश्चित घटक आहे. अलिकडच्या दशकात भारताची आर्थिक वाढ उल्लेखनीय आहे, जगातील सर्वात वेगाने वाढणाऱ्या प्रमुख अर्थव्यवस्थांपैकी एक म्हणून सातत्याने क्रमवारीत आहे. देशाच्या वाढत्या मध्यमवर्गाने, तरुण आणि विस्तारित कर्मचाऱ्यांच्या जोडीने विकासासाठी एक

गतिमान इंजिन तयार केले आहे. हा लोकसंख्याशास्त्रीय लाभांश केवळ नवकल्पना आणि उद्योजकतेलाच चालना देत नाही तर परदेशी गुंतवणूक आणि व्यवसाय विस्तारासाठी भारताला एक आकर्षक ठिकाण म्हणून स्थान देतो. एक अब्जाहून अधिक लोकसंख्या असलेल्या भारताच्या ग्राहक बाजारपेठेचा आकार आणि क्रयशक्ती ही जागतिक गुंतवणूकदार आणि बहुराष्ट्रीय कंपन्यांसाठी एक आकर्षक संभावना बनवते.

४.३.१ भारतीय अर्थव्यवस्थेची वैशिष्ट्ये :

भारतीय अर्थव्यवस्थेची वैशिष्ट्ये पुढील मुद्यांच्या आधारे स्पष्ट करता येतील :

१) विविध आर्थिक संरचना :

भारताची वैविध्यपूर्ण आर्थिक रचना आहे; ज्यामध्ये कृषी, उत्पादन आणि सेवा क्षेत्रांचा समावेश आहे. कृषी क्षेत्र लोकसंख्येच्या महत्त्वपूर्ण भागाला रोजगार देते, अन्न सुरक्षेमध्ये योगदान देते, तर उत्पादन आणि सेवा आर्थिक विकासाला चालना देतात.

२) लोकसंख्याशास्त्रीय लाभांश :

मोठ्या आणि तरुण लोकसंख्येमुळे भारताकडे लोकसंख्याशास्त्रीय लाभांश आहे जो संभाव्य आर्थिक वृद्धीस चालना देऊ शकतो. तथापि, या लोकसंख्याशास्त्रीय फायद्याचा प्रभावी वापर करण्यासाठी शिक्षण, कौशल्य विकास आणि रोजगार निर्मितीमध्ये भरीव गुंतवणूक आवश्यक आहे.

३) सेवा क्षेत्राचे वर्चस्व :

सेवा क्षेत्र भारतीय अर्थव्यवस्थेत महत्त्वपूर्ण भूमिका बजावते, जीडीपीमध्ये महत्त्वपूर्ण योगदान देते. माहिती तंत्रज्ञान आणि सॉफ्टवेअर सेवा, बिझनेस प्रोसेस आउटसोर्सिंग (BPO), आणि इतर ज्ञान-आधारित उद्योगांमध्ये भरीव वाढ झाली आहे, ज्यामुळे भारत जागतिक आउटसोर्सिंग केंद्र बनला आहे.

४) शेतीस महत्त्व :

शेती हा भारतीय अर्थव्यवस्थेचा एक महत्त्वाचा घटक आहे, जो लोकसंख्येच्या मोठ्या भागाला रोजगार देतो. तथापि या क्षेत्राला कमी उत्पादकता, कालबाह्य शेती तंत्रे आणि अपुऱ्या पायाभूत सुविधा, शाश्वत विकासासाठी सुधारणांची आवश्यकता यासारख्या आव्हानांचा सामना करावा लागतो.

५) आर्थिक उदारीकरण :

१९९० च्या दशकाच्या सुरुवातीस भारताने आर्थिक उदारीकरण सुरू केले, विदेशी गुंतवणुकीसाठी बाजारपेठ खुली केली आणि नोकरशाहीचे अडथळे कमी केले. या धोरणविषयक बदलामुळे आर्थिक वृद्धी, जागतिकीकरण आणि जागतिक अर्थव्यवस्थेत एकीकरण वाढले.

६) पायाभूत सुविधा आव्हाने :

अपुरे वाहतूक जाळे, वीज टंचाई आणि अपुऱ्या शहरी सुविधांमुळे भारताला पायाभूत सुविधांच्या अडथळ्यांचा सामना करावा लागतो. शाश्वत आर्थिक विकास आणि गुंतवणूक आकर्षित करण्यासाठी या आव्हानांना तोंड देणे महत्त्वाचे आहे.

७) आर्थिक समावेशन उपक्रम :

भारत सरकारने समाजातील उपेक्षित घटकांना औपचारिक बँकिंग प्रणालीमध्ये आणण्यासाठी अनेक आर्थिक समावेशन उपक्रम सुरू केले आहेत. जन धन योजनेसारख्या कार्यक्रमांचे उद्दिष्ट सर्वांना बँकिंग सेवा, विमा आणि पेन्शन उपलब्ध करून देणे आहे.

८) जीएसटी अंमलबजावणी :

भारतात २०१७ मध्ये वस्तू आणि सेवा कर (GST) लागू करणे ही एक महत्त्वाची आर्थिक सुधारणा होती, जी राज्यांमध्ये अप्रत्यक्ष करांचे एकत्रीकरण करते. करप्रणाली सुव्यवस्थित करणे, करचोरी कमी करणे आणि अधिक पारदर्शक व्यावसायिक वातावरण निर्माण करणे हे जीएसटीचे उद्दिष्ट आहे.

९) उद्योजकतेला चालना :

भारताने स्टार्ट-अप इकोसिस्टम, विशेषत: तंत्रज्ञान आणि नाविन्यपूर्ण क्षेत्रात वृद्धी पाहिली आहे. 'स्टार्टअप इंडिया' सारख्या सरकारी उपक्रमांचा उद्देश उद्योजकतेला चालना देणे, निधी, मार्गदर्शन आणि नियामक सुधारणांद्वारे समर्थन प्रदान करणे आहे.

१०) व्यापार तूट आणि व्यवहारतोल :

आयात निर्यातीपेक्षा जास्त असल्याने भारताला अनेकदा व्यापार तूट सहन करावी लागते. व्यवहारतोल व्यवस्थापित करणे हे एक आव्हान आहे. त्यामुळे निर्यातीला चालना देण्यासाठी, आयात कमी करण्यासाठी आणि परदेशी गुंतवणूक आकर्षित करण्यासाठी धोरणे सतत समायोजित केली जातात.

११) सामाजिक-आर्थिक विषमता :

आर्थिक वृद्धी असूनही, भारत लक्षणीय सामाजिक-आर्थिक विषमतेने ग्रासलेला आहे. शहरी आणि ग्रामीण भागात मोठी तफावत आहे तसेच उत्पन्नातील असमानता ही एक गंभीर समस्या आहे. या विषमता दूर करण्यासाठी सर्वसमावेशक धोरणे आवश्यक आहेत.

१२) पर्यावरणीय स्थिरता आव्हाने :

जलद औद्योगिकीकरण आणि शहरीकरणामुळे वायू आणि जल प्रदूषण, जंगलतोड आणि संसाधनांचा ऱ्हास यासारखी पर्यावरणीय आव्हाने आहेत. दीर्घकालीन पर्यावरणीय आरोग्य आणि लोकसंख्येच्या कल्याणासाठी शाश्वत पद्धतींद्वारे आर्थिक वृद्धीचा समतोल राखणे आवश्यक आहे.

४.३.२ भारतीय अर्थव्यवस्थेतील सद्यकालीन प्रवाह :

भारतीय अर्थव्यवस्थेतील सद्यकालीन प्रवाह पुनर्प्राप्ती आणि आव्हानांनी चिन्हांकित परिप्रेक्षाचे चित्रण करतात. कोविड-१९ साथीच्या आजाराच्या नियतकालिक लाटांच्या दरम्यान, भारताने आर्थिक पुनरुज्जीवन अनुभवले, विकासाच्या शक्यता दर्शविल्या. चलनवाढीचा दबाव कायम राहिला, भारतीय रिझर्व्ह बँकेला चलनवाढ व्यवस्थापन आणि चलनविषयक धोरणांद्वारे वाढ समर्थन यांच्यातील समतोल कृती करण्यास प्रवृत्त केले. कृषी, कामगार आणि कर आकारणी यासारख्या क्षेत्रातील संरचनात्मक सुधारणांचा उद्देश कार्यक्षमतेला चालना देणे आहे, तर डिजिटल अवलंब वाढला आहे, नवकल्पना आणि उद्योजकतेला चालना प्राप्त झाली आहे.

१) आर्थिक वृद्धी :

कोविड-१९ साथीच्या रोगासारख्या विविध कारणांमुळे चढ-उतार होत असतानाही भारताची अर्थव्यवस्था वाढतच आहे. सुधारणा आणि गुंतवणुकीद्वारे उच्च शाश्वत विकास दर साध्य करण्यावर सरकारचा भर आहे.

२) डिजिटलायझेशन :

ई-कॉमर्स, फिनटेक आणि डिजिटल पेमेंट प्लॅटफॉर्म्समध्ये वाढ होऊन डिजिटल अर्थव्यवस्था झपाट्याने विस्तारत आहे. कोविड-१९ महामारीने डिजिटल अवलंबनाला गती दिली, ज्यामुळे व्यवसायांसाठी अधिक लक्षणीय ऑनलाइन उपस्थिती निर्माण झाली.

३) उत्पादन आणि स्वावलंबन :

मेक इन इंडिया आणि आत्मनिर्भर भारत (आत्मनिर्भर भारत) उपक्रमांचे उद्दिष्ट देशांतर्गत उत्पादनाला चालना देणे आणि आयातीवरील अवलंबित्व कमी करणे आहे. सरकार इलेक्ट्रॉनिक्स, संरक्षण आणि फार्मास्युटिकल्स यासारख्या क्षेत्रात गुंतवणुकीला प्रोत्साहन देते.

४) पायाभूत सुविधांचा विकास :

वाहतूक, स्मार्ट शहरे आणि अक्षय ऊर्जा उपक्रमांसारखे पायाभूत सुविधा प्रकल्प सुरू आहेत. हे प्रकल्प दळणवळण सुधारतात, शाश्वत विकासाला चालना देतात आणि गुंतवणूक आकर्षित करतात.

५) नवीकरणीय ऊर्जा :

सौर ऊर्जा आणि पवन उर्जा यासारख्या अक्षय ऊर्जा स्त्रोतांमध्ये भारत महत्त्वपूर्ण गुंतवणूक करत आहे. हे उपक्रम हवामान बदलाचा सामना करण्यासाठी आणि कार्बन उत्सर्जन कमी करण्याच्या जागतिक प्रयत्नांशी जुळतात.

६) प्रत्यक्ष परकीय गुंतवणूक (FDI) :

परदेशी गुंतवणूकदारांनी देशाच्या आर्थिक क्षमतेवर विश्वास दाखवून भारत प्रत्यक्ष परकीय गुंतवणूक आकर्षित करत आहे. नियम सुलभ करण्यासाठी आणि गुंतवणुकीला प्रोत्साहन देण्यासाठी प्रत्यक्ष परकीय गुंतवणूक सुधारणा लागू करण्यात आल्या आहेत.

७) व्यापार करार :

व्यापार करारांमध्ये भारताचा सहभाग विकसित झाला आहे. प्रादेशिक सर्वसमावेशक आर्थिक भागीदारी मधून बाहेर पडताना, भारत इतर देश आणि प्रदेशांशी व्यापार करार शोधत आहे.

८) भू-राजकीय युती :

भारताने इंडो-पॅसिफिक प्रदेशात भौगोलिक-राजकीय आघाड्या मजबूत केल्या आहेत. क्वाड (अमेरिका, जपान, ऑस्ट्रेलिया आणि भारत यांचा समावेश असलेल्या) सारख्या उपक्रमांचे उद्दिष्ट प्रादेशिक सुरक्षा आणि व्यापार सहकार्य वाढवणे आहे.

९) शाश्वत विकास उद्दिष्टे (SDGs) :

दारिद्र्य निर्मूलन, शिक्षण, आरोग्यसेवा, स्वच्छ ऊर्जा आणि लिंगभाव समानता यावर लक्ष केंद्रित करून भारत संयुक्त राष्ट्रांची शाश्वत विकास उद्दिष्टे साध्य करण्यासाठी वचनबद्ध आहे.

१०) आर्थिक आणि वित्तीय धोरणे :

रिझर्व्ह बँक ऑफ इंडिया (RBI) ने महागाई व्यवस्थापित करण्यासाठी आणि आर्थिक वृद्धीस चालना देण्यासाठी विविध आर्थिक धोरणे लागू केली आहेत. वित्तीय धोरणांमध्ये सार्वजनिक खर्च आणि पायाभूत सुविधांच्या विकासाला चालना देण्यासाठी सरकारी उपक्रमांचा समावेश होतो.

११) आव्हाने आणि सुधारणा :

भारतास उत्पन्नातील असमानता, बेरोजगारी आणि नोकरशाहीतील अडथळे यासारख्या आव्हानांचा सामना करावा लागतो. चालू आर्थिक सुधारणांचा उद्देश या समस्यांचे निराकरण करणे आणि व्यवसाय करण्याच्या सुलभतेला प्रोत्साहन देणे आहे.

१२) आरोग्य सेवा आणि फार्मा क्षेत्र :

कोविड-१९ महामारीने भारताच्या फार्मास्युटिकल क्षेत्राचे महत्त्व अधोरेखित केले. भारत हा लस आणि जेनेरिक औषधांचा प्रमुख उत्पादक आहे आणि जागतिक आरोग्य सेवा प्रदाता म्हणून स्वतःला स्थान देत आहे.

१३) कृषी सुधारणा :

भारताने कृषी विपणन आणि किंमत प्रणालीतील बदलांसारख्या कृषी सुधारणा लागू केल्या आहेत. या क्षेत्राचे आधुनिकीकरण करणे आणि शेतकऱ्यांचे उत्पन्न वाढवणे हा यामागील उद्देश आहे.

१४) सरकारी उपक्रम :

सामाजिक आणि आर्थिक आव्हानांना तोंड देण्यासाठी आणि सर्वसमावेशक विकासाला चालना देण्यासाठी सरकारने डिजिटल इंडिया, स्किल इंडिया, आणि स्वच्छ भारत सारखे अनेक उपक्रम सुरू केले आहेत.

४.३.३ भारतीय अर्थव्यवस्थेचे विकसित अर्थव्यवस्थेकडे स्थित्यंतर :

भारताचे विकसनशील अर्थव्यवस्थेतून विकसित अर्थव्यवस्थेत होणारे परिवर्तन ही एक बहुआयामी प्रक्रिया आहे ज्यामध्ये उच्च पातळीचा आर्थिक विकास, सुधारित राहणीमान आणि सुधारित मानवी विकास निर्देशकांचा समावेश आहे.

१) सकल देशांतर्गत उत्पादन (GDP) :

दरडोई उच्च जीडीपी हे विकसित अर्थव्यवस्थेचे वैशिष्ट्य आहे. वाढीव उत्पन्न पातळी आणि अधिक मजबूत अर्थव्यवस्था दर्शवून भारताने दरडोई जीडीपीमध्ये लक्षणीय वाढ घडवून आणण्यासाठी प्रयत्न केले आहेत.

२) औद्योगिकीकरण आणि विविधीकरण :

विकसित अर्थव्यवस्था सामान्यत: सु-विकसित औद्योगिक आणि उत्पादन क्षेत्र प्रदर्शित करते. भारताला आपली अर्थव्यवस्था अधिक वैविध्यपूर्ण करणे आवश्यक आहे, शेतीवरील आपले अवलंबित्व कमी करणे आणि उत्पादन व सेवा क्षेत्रांचा विस्तार करण्यावर भर दिला जात आहे.

३) पायाभूत सुविधांचा विकास :

विकसित अर्थव्यवस्थांमध्ये कार्यक्षम वाहतूक व्यवस्था, आधुनिक शहरी नियोजन आणि प्रगत संप्रेषण नेटवर्क यासारख्या जागतिक दर्जाच्या पायाभूत सुविधा आहेत. या मानकांची पूर्तता करण्यासाठी भारत स्मार्ट शहरे आणि हाय-स्पीड रेल्वे नेटवर्क यासारख्या पायाभूत सुविधांच्या विकासामध्ये गुंतवणूक करत आहे.

४) मानवी भांडवल आणि शिक्षण :

विकसित अर्थव्यवस्था उच्च स्तरावरील शिक्षण आणि कुशल कामगारांचा अभिमान बाळगतात. भारताने आपल्या कर्मचाऱ्यांची गुणवत्ता वाढवण्यासाठी शिक्षण, व्यावसायिक प्रशिक्षण आणि कौशल्य विकासामध्ये गुंतवणूक करण्यास प्राधान्य दिले आहे.

५) आरोग्यसेवा आणि सामाजिक सेवा :

विकसित अर्थव्यवस्था त्यांच्या नागरिकांना सर्वसमावेशक आरोग्य सेवा आणि सामाजिक सेवा प्रदान करतात. सर्वांसाठी दर्जेदार आरोग्य सेवा उपलब्ध असल्याची खात्री करून, आरोग्यसेवा सुलभता आणि परवडणारी क्षमता सुधारण्यासाठी भारत काम करत आहे.

६) तंत्रज्ञान आणि नावीन्य :

विकसित अर्थव्यवस्था तांत्रिक नवोपक्रमात आघाडीवर आहेत. भारताचे वाढणारे तंत्रज्ञान क्षेत्र आणि नावीन्यपूर्णतेवर लक्ष केंद्रित करणे हे विकसित अर्थव्यवस्था होण्याच्या मार्गाचा अविभाज्य घटक असेल.

७) शहरीकरण :

विकसित अर्थव्यवस्थांमध्ये त्यांची बहुसंख्य लोकसंख्या शहरी भागात राहते. भारत जलद नागरीकरण अनुभवत आहे आणि भारताची शहरी केंद्रे आर्थिक वृद्धीचे महत्त्वपूर्ण चालक आहेत.

८) गरिबी कमी करणे :

विकासाचे वैशिष्ट्य म्हणजे गरिबीत लक्षणीय घट. त्यामुळे विकसित अर्थव्यवस्था बनण्यासाठी भारताने गरिबी आणि उत्पन्नातील असमानता कमी करण्यासाठी धोरणे आणि कार्यक्रम राबवत राहणे आवश्यक आहे.

९) समाज कल्याण कार्यक्रम :

विकसित अर्थव्यवस्थांमध्ये त्यांच्या नागरिकांना आधार देण्यासाठी मजबूत सामाजिक सुरक्षा जाळे आणि कल्याणकारी कार्यक्रम असतात. असुरक्षित लोकसंख्येला आर्थिक सुरक्षा प्रदान करण्यासाठी भारत सामाजिक कल्याण कार्यक्रमांचा विस्तार करत आहे.

१०) पर्यावरणीय शाश्वतता :

विकसित अर्थव्यवस्था पर्यावरणीय शाश्वतता आणि हरित तंत्रज्ञानाला प्राधान्य देतात. हवामान बदलाला तोंड देण्यासाठी आणि नैसर्गिक संसाधनांचे संरक्षण करण्यासाठी भारत शाश्वत विकास, अक्षय ऊर्जा आणि पर्यावरण संवर्धनावर लक्ष केंद्रित करत आहे.

११) वित्तीय समावेशन :

विकसित अर्थव्यवस्थांमध्ये उच्च स्तरावरील वित्तीय समावेशनासारख्या प्रगत वित्तीय प्रणाली असतात. विशेषत: ग्रामीण भागात बँकिंग आणि वित्तीय सेवांचा विस्तार करण्यासाठी भारत कार्यरत आहे.

१२) जागतिक व्यापार आणि गुंतवणूक :

विकसित अर्थव्यवस्था जागतिक व्यापार आणि गुंतवणुकीत सक्रियपणे गुंतलेल्या आहेत. भारत जागतिक अर्थव्यवस्थेतील एक प्रमुख अभिकर्ता म्हणून स्वत:ला स्थान देत आहे, आंतरराष्ट्रीय व्यापार संबंध वाढवत आहे आणि परकीय गुंतवणूक आकर्षित करत आहे.

१३) व्यवसाय करणे सुलभ :

विकसित अर्थव्यवस्थांमध्ये व्यवसायासाठी अनुकूल वातावरण असते. व्यवसाय सुलभ करण्यासाठी, नोकरशाही कमी करण्यासाठी आणि गुंतवणूक आकर्षित करण्यासाठी भारत सुधारणांची अंमलबजावणी करत आहे.

१४) संशोधन आणि विकासासाठी पायाभूत सुविधा :

विकसित अर्थव्यवस्था संशोधन आणि विकास यामध्ये मोठ्या प्रमाणात गुंतवणूक करतात आणि त्यांच्याकडे प्रगत संशोधन पायाभूत सुविधा असतात. भारत संशोधन आणि विकासात प्रगती करत आहे विशेषत: अंतराळ संशोधन, औषधनिर्माण आणि तंत्रज्ञान यासारख्या क्षेत्रात ही प्रगती पहायला मिळते.

१५) राजकीय स्थिरता :

विकसित अर्थव्यवस्था सामान्यत: राजकीय स्थिरता आणि सुस्थापित संस्थांचा आनंद घेतात. भारताची लोकशाही व्यवस्था आणि शासन संरचना तिच्या स्थिरतेला हातभार लावतात.

४.४ तंत्रज्ञान :

एक उदयोन्मुख सत्ता म्हणून भारतातील तंत्रज्ञानाची प्रगती ही नवकल्पना, विकास आणि आकांक्षा यांची एक जटिल संरचना आहे जी जागतिक तंत्रज्ञान क्षेत्रात भारताची भूमिका पुन्हा परिभाषित करते. १.३ अब्जाहून अधिक लोकसंख्या आणि शिक्षण, नवकल्पना आणि उद्योजकतेवर भर देत असलेला भारत जागतिक तंत्रज्ञान क्षेत्रात गणली जाणारी एक शक्ती बनला आहे.

४.४.१ भारतातील तंत्रज्ञानाची वैशिष्ट्ये :

भारताच्या परराष्ट्र धोरणावर तंत्रज्ञानाचा लक्षणीय प्रभाव पडला आहे, ज्याने इतर जगासोबतच्या राजनैतिक, आर्थिक आणि धोरणात्मक संबंधांना आकार देण्यात महत्त्वपूर्ण भूमिका बजावली आहे.

१) माहिती तंत्रज्ञान आणि सॉफ्टवेअर सेवा :

जागतिक तंत्रज्ञान केंद्र म्हणून भारताचा उदय, विशेषत: माहिती तंत्रज्ञान आणि सॉफ्टवेअर सेवांद्वारे त्याच्या परराष्ट्र धोरणात महत्त्वपूर्ण भूमिका बजावली आहे. देशातील सॉफ्टवेअर उद्योग भारताची जागतिक स्थिती वाढवून लक्षणीय सॉफ्ट पॉवरचा स्त्रोत बनला आहे.

२) आर्थिक आणि डिजिटल राजनय :

तंत्रज्ञानावर आधारित आर्थिक राजनय हे भारताच्या परराष्ट्र धोरणाचे वैशिष्ट्य आहे. द्विपक्षीय आणि बहुपक्षीय व्यापार करारांमध्ये अनेकदा तंत्रज्ञानाच्या देवाणघेवाणीशी संबंधित कलमांचा समावेश केला जातो, ज्यामुळे अधिक आर्थिक एकीकरण होते. भारत सरकारने जागतिक प्रेक्षकांशी संलग्न राहण्यासाठी आणि आपल्या परराष्ट्र धोरणाच्या उद्दिष्टांचा प्रसार करण्यासाठी सोशल मीडियासारख्या डिजिटल साधनांचा वापर केला आहे. ट्विटर हे भारतीय राजदूतांशी जगाशी संवाद साधण्याचे एक महत्त्वाचे व्यासपीठ बनले आहे.

३) अंतराळ संशोधन आणि अण्वस्त्र तंत्रज्ञान :

यशस्वी चांद्रयान मोहिमेद्वारे अधोरेखित केलेल्या अंतराळ तंत्रज्ञानातील भारताच्या यशामुळे अंतराळ राजनयात भारताची स्थिती मजबूत झाली आहे. भारताने इतर देश आणि संघटनांसोबत विविध अंतराळ करार केले आहेत, ज्यामुळे भारताचा जागतिक प्रभाव वाढला आहे. भारताच्या आण्विक तंत्रज्ञानाचा, विशेषत: त्याच्या अण्वस्त्र कार्यक्रमाचा त्याच्या परराष्ट्र धोरणावर लक्षणीय परिणाम झाला आहे. १९९८ च्या आण्विक चाचण्या हा एक निर्णायक क्षण होता, ज्यामुळे निर्बंध आणि त्यानंतरचे आण्विक सहकार्य करार असे दुहेरी परिणाम झाले.

४) सायबर सुरक्षा आणि सायबर राजनय :

सायबर स्पेसच्या वाढत्या महत्त्वामुळे भारताने आंतरराष्ट्रीय मंचांवर सायबर सुरक्षेबाबत सक्रियपणे चर्चा केली आहे. डिजिटल युगात सायबर समस्यांवरील देशाची भूमिका विकसित झाली आहे आणि भारताच्या परराष्ट्र धोरणावर त्याचा प्रभाव पडला आहे.

५) संरक्षण तंत्रज्ञान सहयोग :

भारताच्या प्रगत संरक्षण तंत्रज्ञानाच्या शोधामुळे अमेरिका, इस्रायल आणि रशिया यासारख्या देशांसोबत सहकार्य प्रस्थापित झाले आहे. या भागीदारीमुळे त्याची लष्करी क्षमता वाढली आहे आणि राजनैतिक संबंध मजबूत झाले आहेत.

६) हवामान तंत्रज्ञान आणि पर्यावरणीय राजनय :

नवीकरणीय ऊर्जा आणि हवामान शमन यासाठी तंत्रज्ञानामध्ये भारताचा सहभाग हा त्याच्या पर्यावरणीय राजनयाचा प्रमुख घटक आहे. इंटरनॅशनल सोलर अलायन्स सारखे उपक्रम हरित तंत्रज्ञानासाठी आपली वचनबद्धता दर्शवतात.

७) दूरसंचार आणि दळणवळण :

दूरसंचार आणि माहिती व दळणवळण तंत्रज्ञानातील भारताच्या कौशल्यामुळे पाणबुडी केबल प्रणाली आणि शेजारील देशांमध्ये डिजिटल पायाभूत सुविधांच्या विकासासाठी दळणवळण प्रकल्प सुलभ झाले आहेत.

८) आरोग्य सेवा तंत्रज्ञान आणि वैद्यकीय राजनय :

जेनेरिक औषध उत्पादनासाठी ओळखल्या जाणाऱ्या भारताच्या औषध उद्योगाने वैद्यकीय राजनयामध्ये महत्त्वपूर्ण भूमिका बजावली आहे. कोविड-१९ महामारी दरम्यान भारताने विविध देशांना लसींचा पुरवठा केला, ज्यामुळे त्याचा जागतिक प्रभाव वाढला.

९) ऊर्जा तंत्रज्ञान आणि सुरक्षा :

ऊर्जा सुरक्षेच्या शोधामुळे भारत ऊर्जा क्षेत्रातील तंत्रज्ञान सहकार्यांमध्ये गुंतला आहे. नागरी आण्विक तंत्रज्ञानासाठी अमेरिकेसारख्या देशांसोबतचे करार हे पैलू दर्शवतात.

१०) अवकाश आणि विमानचालन तंत्रज्ञान :

अवकाश तंत्रज्ञानातील भारताच्या आकांक्षांमुळे फ्रान्स आणि रशिया सारख्या देशांसोबत सहयोग निर्माण झाला आहे. स्वदेशी अवकाश तंत्रज्ञानाचा विकास देखील राष्ट्रीय अभिमान आणि राजनैतिक सहभागाचा स्त्रोत आहे.

११) कृषी–तंत्रज्ञान आणि कृषी राजनय :

कृषी तंत्रज्ञान आणि हरित क्रांतीने भारताच्या राजनैतिक संबंधांमध्ये, विशेषतः आफ्रिकन देशांसोबतची भूमिका बजावली आहे. क्षमता–निर्माण कार्यक्रमांद्वारे भारत आपले कृषी कौशल्य सामायिक करतो.

१२) दहशतवाद विरोधी तंत्रज्ञान आणि सहकार्य :

दहशतवादविरोधी प्रयत्नांसाठी तंत्रज्ञानाचा वापर हा भारताच्या परराष्ट्र धोरणाचा एक महत्त्वाचा पैलू आहे, विशेषत: भारताच्या शेजाऱ्यांकडून उद्भवणाऱ्या दहशतवादाशी संबंधित सुरक्षा समस्यांचे निराकरण करण्यासाठी याची आवश्यकता आहे.

१३) स्वदेशी तंत्रज्ञान विकास :

मेक इन इंडिया आणि डिजिटल इंडिया सारख्या उपक्रमांद्वारे, स्वदेशी तंत्रज्ञानाच्या विकासासाठी भारताचा प्रयत्न आर्थिक आणि परराष्ट्र धोरण दोन्हीवर परिणाम करतो. परदेशी तंत्रज्ञानावरील अवलंबित्व कमी करण्याचा प्रयत्न केला आहे. तंत्रज्ञानाशी संबंधित निर्णय घेण्यामध्ये बहुध्रुवीय आणि अधिक लोकशाही व्यवस्थेचा पुरस्कार करत, तंत्रज्ञानाच्या जागतिक प्रशासनावरील चर्चेत भारत सक्रियपणे सहभागी होतो.

४.४.२ भारताचे तंत्रज्ञानाबाबत धोरण :

तंत्रज्ञान धोरणे देशात नवकल्पना, आर्थिक विकास आणि राष्ट्रीय सुरक्षेसाठीचा दृष्टीकोन तयार करण्यात महत्त्वपूर्ण भूमिका बजावतात.

१) राष्ट्रीय प्राधान्यक्रमांवर भर :

भारताने सातत्याने विज्ञान आणि तंत्रज्ञानावर महत्त्वपूर्ण राष्ट्रीय प्राधान्यक्रम म्हणून भर दिला आहे. ही क्षेत्रे देशाच्या आर्थिक वृद्धी आणि विकासासाठी अविभाज्य आहेत. तंत्रज्ञान विकासातील गुंतवणूक ही भारताच्या आत्मनिर्भरता आणि नावीन्यपूर्ण दृष्टीकोनाशी सुसंगत आहे.

२) पंचवार्षिक योजना :

भारताच्या पंचवार्षिक योजनांमध्ये ऐतिहासिकदृष्ट्या संशोधन आणि तंत्रज्ञान विकासासाठी महत्त्वपूर्ण संसाधने वाटप करण्यात आली आहेत. या योजना आर्थिक प्रगतीसाठी सर्वसमावेशक रूपरेषा म्हणून काम करतात, ज्यामध्ये विकासाची उद्दिष्टे साध्य करण्यासाठी तंत्रज्ञानाची मध्यवर्ती भूमिका असते.

३) टेक्नॉलॉजी पार्क आणि क्लस्टर्स :

तंत्रज्ञानावर चालणाऱ्या उद्योगांना चालना देण्यासाठी भारताने सॉफ्टवेअर टेक्नॉलॉजी पार्क्स (STPI) आणि IT पार्क्स सारख्या तंत्रज्ञान पार्क आणि क्लस्टर्सची स्थापना केली आहे. हे क्षेत्र संशोधन, विकास आणि नवोपक्रमासाठी पायाभूत सुविधा आणि समर्थन प्रदान करते.

४) उच्च शिक्षण आणि संशोधन :

मजबूत उच्च शिक्षण आणि संशोधन परिसंस्था निर्माण करण्यासाठी भारताने मोठी गुंतवणूक केली आहे. इंडियन इन्स्टिट्यूट ऑफ टेक्नॉलॉजी (IITs) आणि इंडियन इन्स्टिट्यूट ऑफ सायन्स (IISc) सारख्या प्रीमियर संस्था तंत्रज्ञान विकास आणि नवकल्पना यामध्ये आघाडीवर आहेत.

५) संशोधन आणि विकासास प्रोत्साहन :

व्यवसाय आणि संस्थांना संशोधन आणि विकास उपक्रमांमध्ये गुंतवणूक करण्यास प्रोत्साहन देण्यासाठी सरकार प्रयत्न करते. या प्रोत्साहनांमध्ये नावीन्य आणि तंत्रज्ञान विकासाला चालना देण्यासाठी कर लाभ, अनुदान आणि आर्थिक सहाय्य यांचा समावेश आहे.

६) स्टार्ट-अप आणि इनोव्हेशन इकोसिस्टम :

भारताने स्टार्ट-अप आणि इनोव्हेशन इकोसिस्टमची भरभराट केली आहे. स्टार्ट-अप इंडिया सारखे उपक्रम उद्योजकांसाठी महत्त्वपूर्ण समर्थन प्रदान करतात, तंत्रज्ञानावर आधारित उपाय आणि व्यवसायांच्या निर्मितीला प्रोत्साहन देतात.

७) डिजिटल इंडिया पुढाकार :

डिजिटल इंडिया हा उपक्रम देशाला डिजिटली सशक्त समाज आणि ज्ञानाच्या अर्थव्यवस्थेत रुपांतरित करण्यासाठी एक सर्वसमावेशक योजना आहे. हे तंत्रज्ञान-आधारित प्रशासन आणि सेवांच्या वितरणावर लक्ष केंद्रित करते.

८) मेक इन इंडिया :

मेक इन इंडिया मोहीम देशांतर्गत उत्पादन आणि तंत्रज्ञान विकासाला चालना देते. आयातीवरील अवलंबित्व कमी करणे, स्वावलंबनाला चालना देणे आणि तंत्रज्ञानाशी संबंधित वस्तूंच्या उत्पादनाला देशात प्रोत्साहन देणे हे उद्दिष्ट आहे.

९) राष्ट्रीय नावीन्य आणि स्टार्ट-अप धोरण :

नावीन्य आणि उद्योजकतेला चालना देण्यासाठी भारताने राष्ट्रीय नावीन्य आणि स्टार्ट-अप धोरण लागू केले आहे. हे धोरण देशाच्या आर्थिक विकासात तंत्रज्ञानावर आधारित स्टार्ट-अपचे महत्त्व अधोरेखित करते.

१०) अटल इनोव्हेशन मिशन (AIM) :

अटल इनोव्हेशन मिशन हा एक सरकारी उपक्रम आहे जो विद्यार्थ्यांमध्ये नवकल्पना आणि उद्योजकता वाढवण्याचा प्रयत्न करतो. भारतभर अटल टिंकरिंग लॅब आणि अटल उष्मायन केंद्रे स्थापन करून, लहानपणापासूनच नाविन्यपूर्ण संस्कृतीचे पालनपोषण करून हे साध्य केले जाते.

११) विज्ञान आणि तंत्रज्ञान मुत्सद्दीपणा :

भारत विज्ञान आणि तंत्रज्ञान मुत्सद्देगिरीमध्ये सक्रियपणे गुंतलेला आहे. याद्वारे भारत इतर राष्ट्रांशी सहयोग करतो, कौशल्य सामायिक करतो आणि तांत्रिक उपायांद्वारे जागतिक आव्हानांना तोंड देण्यासाठी योगदान देतो.

१२) सार्वजनिक-खाजगी भागीदारी (PPP) :

तंत्रज्ञान विकास आणि नवकल्पना या दोन्ही क्षेत्रांच्या सामर्थ्याचा लाभ घेण्यासाठी भारत सार्वजनिक-खाजगी भागीदारीला प्रोत्साहन देतो. या भागीदारी सहयोग, गुंतवणूक आणि ज्ञानाची देवाणघेवाण सुलभ करतात.

१३) उदयोन्मुख तंत्रज्ञानावर लक्ष :

भारत कृत्रिम बुद्धिमत्ता (AI), ब्लॉक चेन आणि क्वांटम संगणन यासारख्या उदयोन्मुख तंत्रज्ञानाच्या क्षमतेचा उपयोग करण्यास उत्सुक आहे. या तंत्रज्ञानाचा विकास आणि वापर वाढवण्यासाठी धोरणे तयार केली जात आहेत.

१४) बौद्धिक संपदा अधिकार (IPR) :

बौद्धिक संपदा हक्क संरक्षणासाठी मजबूत धोरणे आणि नियम हे नावीन्य आणि तंत्रज्ञानाच्या विकासास प्रोत्साहन देतात. हे नियम निर्माते आणि शोधक यांच्या हिताचे रक्षण करतात.

१५) अंतराळ संशोधन आणि अणु तंत्रज्ञान :

भारताने अंतराळ संशोधन आणि आण्विक तंत्रज्ञानामध्ये लक्षणीय प्रगती केली आहे. या यशांमुळे तांत्रिक स्वावलंबन आणि नवकल्पना, विशेषतः गंभीर क्षेत्रांमध्ये योगदान प्राप्त होते.

१६) सायबर सुरक्षा आणि माहितीची गोपनीयता :

तंत्रज्ञानाच्या पायाभूत सुविधा सुरक्षित करण्यासाठी आणि वैयक्तिक माहितीचे संरक्षण करण्यासाठी सायबर सुरक्षा आणि माहितीच्या गोपनीयतेवर भर दिला जात आहे. हे प्रयत्न तंत्रज्ञानाच्या सुरक्षिततेतील जागतिक प्रवाशांशी सुसंगत आहेत.

१७) हरित तंत्रज्ञान आणि शाश्वतता :

नवीकरणीय ऊर्जा आणि पर्यावरण संवर्धनावर विशेष लक्ष केंद्रित करून भारत हरित तंत्रज्ञान आणि शाश्वत उपायांमध्ये गुंतवणूक करतो. हे पर्यावरणीय आव्हानांना तोंड देण्यासाठी आणि शाश्वत विकासाला चालना देण्याच्या प्रयत्नांशी संरेखित करते.

❋❋❋❋

सरावासाठी प्रश्न

प्र. १. दीर्घोत्तरी प्रश्न.

१) सॉफ्ट पॉवर म्हणजे काय? भारताची सॉफ्ट पॉवरच्या दिशेने वाटचाल स्पष्ट करा.
२) भारताच्या सागरी धोरणांचा इतिहास सांगा.
३) भारताच्या सागरी धोरणांचा विकास आणि महत्त्व स्पष्ट करा.
४) भारतीय अर्थव्यवस्थेची वैशिष्ट्ये सांगा.
५) भारतीय अर्थव्यवस्थेतील सद्यकालीन प्रवाह स्पष्ट करा.
६) विकसित अर्थव्यवस्था म्हणून भारतीय अर्थव्यवस्थेची वेशिष्ट्ये सांगा.
७) भारतातील तंत्रज्ञानाची वैशिष्ट्ये स्पष्ट करा.
८) भारतातील तंत्रज्ञानाशी संबंधित धोरणांची माहिती सांगा.

प्र. २. टिपा लिहा.

१) सॉफ्ट पॉवर.
२) सॉफ्ट पॉवर म्हणून भारत.
३) सागरी धोरणांचा विकास.
४) सागरी धोरणांचे महत्त्व.
५) भारतीय अर्थव्यवस्थेतील सद्यकालीन प्रवाह.
६) तंत्रज्ञानाबाबत धोरण.

❋❋❋❋

www.ingramcontent.com/pod-product-compliance
Lightning Source LLC
LaVergne TN
LVHW082047051026
849532LV00011B/3504